माझा शैक्षणिक प्रवास

आपटी ते इंग्लंड

AF081055

डॉ. शरद रामचंद्र कांबळे

BlueRose ONE.com DIY
Stories Matter

© डॉ. शरद रामचंद्र कांबळे 2023

All rights reserved by the author. No part of this publication may be reproduced, stored in a retrieval system, or transmitted in any form or by any means, electronic, mechanical, photocopying, recording, or otherwise, without the prior permission of the author.

Although every precaution has been taken to verify the accuracy of the information contained herein, the author and publisher assume no responsibility for any errors or omissions. No liability is assumed for damages that may result from the use of the information contained within.

Title: माझा शैक्षणिक प्रवास
Language: Marathi
Character set encoding: UTF-8

First published by

BlueRose ONE.com DIY
Stories Matter

An Imprint of BlueRose Publishers

Head Office: B-6, 2nd Floor,
ABL Workspaces, Block B, Sector 4,
Noida, Uttar Pradesh 201301
M: +91-8882 898 898

BlueRose ONE .com DIY

Stories Matter

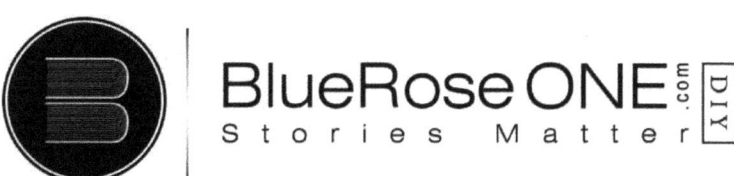

DEDICATION

माझ्या आयुष्यातील हे प्रथम पुस्तकरूपी पुष्प मी माझे प्रिय आई-वडील, नातेवाईक, माझे प्रिय सर्व शिक्षक-शिक्षिका, मित्र-मैत्रिणी, ग्रामस्थ, माझ्या बरोबर कार्यरत असणारे सर्व सहकारी, आणि माझी प्रिय पत्नी आणि माझ्या प्रिय मुलींना समर्पित करीत आहे.

ACKNOWLEDGEMENTS

"माझ्यावर बालपणापासून संस्कार करणारे आमचे शिक्षकवृंद, आमचे आई पप्पा, आबी (आजोबा), आज्जी, तात्या (आजोबांचे मोठे भाऊ), आमचे बापू (भास्कर बापू), आमचे दादा(देवी डॉक्टर),आमच्या थोरल्या आई, आमचे मोठे भाऊ, मिलिंद अप्पा, आमची आशा ताई, माझे मोठे दादा (महानंद दादा आणि प्रशांत दादा), आमचे सर्व नातेवाईक, माझी सहचारिणी आणि अपत्ये, आमच्या गावातील सर्व ग्रामस्थ मंडळी, माझे सर्व मित्र मैत्रिणी,माझे सर्व दादा आणि ताई अक्का लोकं माझ्या मित्र मैत्रिणींचे आई वडील या सर्व लोकांच्या मार्गदर्शनातून मी माझा हा प्रवास पूर्ण केलेला आहे."

त्याचबरोबर ब्लुरोझ प्रकाशनाने माझे पुस्तक प्रकाशित करण्यास मदत केल्यामुळे मी त्यांचे हि मन:पूर्वक आभार मानतो.

FOREWORD

माझ्या शैक्षणिक जीवनाचा प्रवास या ठिकाणी मांडत असताना मी या ठिकाणी माझ्या आयुष्यातील घडलेल्या घडामोडींचा आलेख रुपी आढावा अगदी प्राथमिक शिक्षण म्हणजे बालपणापासून ते उच्च शिक्षण म्हणजे पी.एच. डी . शिक्षणापर्यंतचा माझा वैयक्तिक अनुभव मला आठवेल तसा या ठिकाणी लिहिण्याचा मी एक प्रयत्न केलेला आहे.

एखादा व्यक्ती घडण्यामागे अशा असंख्य ज्ञात आणि अज्ञात लोकांचा सहभाग असतो. मी हा प्रवास पूर्ण करण्यापाठीमागे माझी जरी इच्छा शक्ती असली तरीही माझ्याबरोबर असणाऱ्या सर्व लोकांचा वेळोवेळी असणारा खंबीर पाठिम्बा आणि मार्गदर्शन यामुळेच मी आयुष्यातील हा महत्वाचा टप्पा पूर्ण करू शकलो असे माझे प्रामाणिक मत आहे.
हा प्रवास आपल्यासमोर मांडत असताना एकच उद्देश्य होता कि आयुष्यामध्ये पुढे पुढे वाटचाल करीत असताना आपण ज्या ठिकाणातून सुरुवात केली आणि ज्या ज्या ठिकाणी शिक्षण घेतले या सर्वांची आठवण जरा मागे वळून पाहताना कुठेतरी शब्दांकित करून ठेवावी. नाहीतर काळाच्या ओघात या सर्व आठवणी पुसट होत जातात.
खरे तर प्रत्येकाच्या आयुषयात अनेक घडामोडी घडत असतात काही लोक त्या मनात साठवून ठेवतात तर काही व्यक्त होतात. मला या गोष्टी अशा स्वरूपात एकत्र करून ठेवाव्याशा वाटल्या म्हणूनच हा खटाटोप.
बाकी माझे हे लिखाण वाचून कुणाला तरी एखादी उंच झेप घ्यावीशी वाटली आणि त्याची किंवा तिची उडी जर का माझ्याही पेक्षा पुढे गेली तर मी माझ्या या लिखाणाला काहीतरी अर्थ उरला आहे असे समजेन.

डॉ. शरद रामचंद्र कांबळे

PREFACE

<u>मनोगत:</u>

शिक्षण- आपल्या आयुष्यातील एक महत्वाचा टप्पा. जो आपले आयुष्य घडवतो, आपल्याला या जीवनाची ओळख करून देतानाच सभोवतालच्या अनेक घडामोडी, आपले विचार, आचार, वागणे, बोलणे, या बद्दल ची जाणीव करून देतो.

प्रत्येक व्यक्ती हि आपल्या सुभोवतालच्या परिस्थितीनुसार घडत जाते. या श्रुष्टीतील प्रत्येक जीव हा धडपडत वाढत असतो. इतर सजीव आणि मनुष्य यांच्या मध्ये अतिशय महत्वाचा असा एक भाग म्हणजे आपला म्हणजेच मानवाचा विकसित झालेला मेंदू होय. तर मेंदू हा एक अवयव म्हणायचं झाल्यास तो इतरही प्राण्यांचे असतो. पण या अवयाबरोबरच आपल्याला एक अद्भुत असे योगदान या निसर्गाकडून लाभलेले आहे ते म्हणजे आपले मन.

आपण जे घडतो ते म्हणजे या मानवी मनावर घडलेल्या अनंत घडामोडींचा परिणाम होय. या मनाला आपण जसे घडवू तसे आपले आयुष्य घडत जाते. त्यासाठी या मनावर चांगले संस्कार होण्याची गरज असते. आणि मला वाटते हे संस्कार देण्याचे महत्वाचे कार्य म्हणजे आपणास मिळणारे शिक्षण होय. तर प्रत्येकाने आपले शिक्षण योग्य रित्या पूर्ण करायलाच पाहिजे असे माझे मत तयार झाले आहे.

हे शिक्षण पूर्ण करताना अनेक गोष्टी समोर येतात. त्या सर्व पार करत मी माझे शिक्षण कसे पूर्ण केले याचा हा आढावा म्हणजेच हा माझा शैक्षणिक प्रवास. हा प्रवास करत असताना, सभोवतालच्या घडामोडींचा खूप परिणाम होत असतो पण मी त्याकडे फारसे न लक्ष्य देता फक्त शिक्षणावरच आधारित हे लिखाण केलेले आहे.

हे माझे पहिले पुस्तक आहे, त्यामुळे अनेक चुका असतील तरी त्या वाचकांनी लक्षात घ्याव्या आणि मला जरूर कळवाव्यात. माझा हा प्रवास वाचून समजून कुणी जर उच्च शिक्षणाचा ध्यास घेतला तर माझ्यासाठी तो एक अतिशय आनंदाचा क्षण असेल.

आपल्यासारखाच एक,

शरद.

PROLOGUE

डॉ. शरद रामचंद्र कांबळे

ब्रॅडफोर्ड, वेस्ट यॉर्कशायर, इंग्लंड, युनाइटेड किंग्डम.

लेखक आपटी तालुका पन्हाळा, या छोट्याशा खेडेगावातून प्राथमिक शिक्षण पूर्ण करून पन्हाळा या तालुक्याच्या ठिकाणी हायस्कूल चे शिक्षण पूर्ण करत कोल्हापूर या जिल्ह्याच्या ठिकाणी कॉलेज च्या शिक्षणाकरिता हॉस्टेल मध्ये राहिले. तिथून परत गावी येऊन गावावरून ये जा करीत पदवीपर्यंत चे शिक्षण पूर्ण केले. त्यानंतर त्यांनी कराड या शहरात राहून पदव्युत्तर शिक्षण सूक्ष्मजीवशास्त्र या विषयात घेतले. याच ठिकाणी त्यांना पी.एच. डी. करावी असे वाटू लागले होते पण घरची परिस्थिती आणि पुढील मार्गदर्शनाअभावी त्यांनी औद्योगिक क्षेत्रामध्ये नोकरीचा निर्णय घेतला. तिथे देखील त्यांना उच्च शिक्षित व्हावे असे वाटत होते. याचदरम्यान योगायोगाने त्यांना सरकारी नोकरी करण्याची संधी मिळाली. ३ वर्षांनी लग्न हि केले. पण उच्च शिक्षण काही डोक्यातून गेले नव्हते.. त्यातून प्रयत्न करत असताना त्यांना विविध ठिकाणी शिक्षणाच्या संधींची माहिती मिळाली. त्याचा पाठपुरावा करत असताना महाराष्ट्र शासनाची शिष्यवृत्ती मिळवून त्यांनी पी.एच. डी . साठी इंग्लंड गाठले.

वेळेत शिक्षण पूर्ण करून मायदेशी परत आल्यावर त्यांना सरकारी नोकरीतून कमी केल्याचे सांगण्यात आले. लेखक सध्या संशोधक म्हणून ईंग्लंड मध्ये कार्यरत आहेत.

CONTENTS

COPYRIGHT DECLARATION	II
DEDICATION	V
ACKNOWLEDGEMENTS	VII
FOREWORD	IX
PREFACE	XI
PROLOGUE	XIII

CHAPTER 1
माझे बालपण — 19

CHAPTER 2
आमचे प्राथमिक शाळेतील शिक्षक - मार्गदर्शक — 21

CHAPTER 3
आमच्या हावळ गुरुजींचे पत्रास उत्तर — 27

CHAPTER 4
माझे हायस्कूल चे दिवस — 29

CHAPTER 5
१० वी आणि पुढील शिक्षण — 33

CHAPTER 6
माझा सायन्स चा प्रवास — 39

CHAPTER 7
बी.एस्सी. ची पदवी. — 43

CHAPTER 8
एम. एस्सी. शिक्षण — 49

CHAPTER 9

	53
CHAPTER 10 एम. एस्सी. नंतर पुढे काय?	59
CHAPTER 11 माझी पहिली नोकरी	69
CHAPTER 12 माझे झायटेक्स मधील दिवस	75
CHAPTER 13 परदेशातील उच्च शिक्षणासाठी धडपड	81
CHAPTER 14 सरकारी नोकरीसाठी फोन कॉल	85
CHAPTER 15 माझी सरकारी नोकरी	89
CHAPTER 16 पी.एच. डी. चे शिक्षण	95
वाचकांचे आभार	101

माझे बालपण

माझे गांव - **आपटी**

माझ्या गावाचे नांव - आपटी तालुका पन्हाळा जिल्हा कोल्हापूर महाराष्ट्र, भारत.

मला माहित नाही का ते ? पण आज मी फक्त माझ्या भूतकाळाचा विचार करत होतो अशावेळी सर्व आठवणी माझ्या मनात उफाळून येतात. मी किती दूर भूतकाळात जातो काही अंदाज?

सन १९८९-९० ते १९९६ पर्यंतचा काळ

माझे बालपण-मित्र/प्राथमिक शाळेतील वर्गमित्र.-विद्या मंदिर आपटी.

@औदुंबर लोहार, @मोबिन नाकाडे, @अमिर शेख, @अमरसिंह पाटील, @उदय पाटील, @उमेश पाटील, @सचिन गिरीगोसावी, @दत्तात्रय बुचडे, @विश्वास चव्हाण, @जमीर गडकरी @संतोष खांडेकर, @सतीश कदम, @बाजीराव माने , आणि कविता, सविता, लक्ष्मी, नकुशी, परवीन, शिल्पा, दीपाली, सुनीता, शारदा, वंदना, संगीता... ... अशा आमच्या सर्व बहिणी...आणि आणखी काही वर्गमित्र ज्यांची नावे मला आठवत नाहीत तर हे आहेत सर्व माझ्या विद्या मंदिर आपटी या प्राथमिक शाळेतील 1989 ते 1996 पर्यंतचे वर्गमित्र.

तसेच सुजित दादा, रणजित दादा, अभिजीत दादा, सुभाष कवठेकर दादा, अजित भारती दादा, संजय कंदूरकर दादा, दीपक दादा, पिन्या दादा, शहाजी उदाळे दादा, धनाजी सुतार दादा, धनाजी माने दादा, संदिप बुचडे दादा, विनायक दादा, दत्ता दादा, सतीश दादा, सरदार दादा (पाटील आणि चौगुले), अजित चौगुले दादा आणि

आमच्या अनेक ज्येष्ठांना आम्ही आमचे मोठे भाऊ आणि बहिणी म्हणजे ताई अक्का म्हणत असू. .

या शाळेने आम्हाला भाषा (मराठी, हिंदी आणि इंग्रजी), इतिहास, भूगोल, विज्ञान, गणित, कला, कागदाची किमया म्हणजेच ओरिओगॅमी, मातीचे काम - क्ले आर्ट्स, चित्रकला पेंटिंग्ज, गायन, नृत्य, पर्यावरण विज्ञान इत्यादी मूलभूत गोष्टी शिकविल्या .

सर्व शिक्षा अभियान हा सर्व वृध्द लोकांना शाळेत एकत्र आणणे आणि त्यांना किमान स्वतःच्या स्वाक्षरी करणे, नावे लिहिणे इत्यादी शिक्षणाविषयी मूलभूत पाठ शिकवणे हा एक विलक्षण अनुभव होता. खूप आनंददायी, मजेशीर वेळ. या शाळेतील आमचे आदरणीय शिक्षक म्हणजे पन्हाळ्याचे श्री.अनंत हावळ (मुख्याध्यापक), पैजारवाडीचे यादव सर (माझे मोठे बंधू महानंद भाऊ आणि प्रशांतदादा यांचे पहिले शिक्षक), आमच्याच गावचे आपटीचे बी.जी.पाटील सर (त्यांच्यामुळे मी शाळेत जाऊ लागलो. 1989 च्या ऑगस्टमध्ये माझ्या स्वत:च्या वर्गात ; नाहीतर मी माझ्या मोठ्या भावांच्या वर्गात जाऊ लागलो ते सन १९८६ १ली ते ४ थी पासून), पाटील सर (बुलेट व्यक्ती) आवळी , जाधव सर बांबरवाडी, बी.बी.केंकरे सर वारणानगर, सातवे कडून एस.डी. शेलार सर (आमचे 2री ते 7वी पर्यंतचे वर्गशिक्षक), सुतार सर (सांगरूळ), सुनील पाटील सर (साळशी पिशवी), शिंदे सर (मंगळवार पेठ), आनंदराव पाटील सर (भेडसगाव), काटकर सर (मुख्याध्यापक), श्री. प्रकाश काळे सर नावली, श्री निवास काटकर सर (पन्हाळा) आणि श्री व सौ बोरचाटे सर व मॅडम. हे लोक केवळ आमचे शिक्षकच नाहीत तर शिक्षण, सामाजिक आणि पर्यावरण यांच्यासह ग्रामीण विकासाच्या ध्यासाने आमच्या गावाची जडणघडण करणारे आदरणीय व्यक्तिमत्वं आहेत.

मी ३री ला असताना आम्ही आमची आई गमावली पण आमच्या शिक्षकांसह संपूर्ण गाव आमची काळजी घेण्यासाठी पुढे आले . व्वा! किती छान गाव, किती छान माणसं.- माझं गाव आपटी.

आमचे प्राथमिक शाळेतील शिक्षक - मार्गदर्शक

Happy Teachers Day to my all Dear Teachers.

Today I am posting about my childhood teacher memories.. few days before I wrote him a letter and posted it to him via WhatsApp. He replied to me as well. This post is in my mother tongue- Marathi.

अनंत हावळ सर (आमचे शिक्षक - मार्गदर्शक).

खर म्हणजे आम्ही त्यांना गुरुजी म्हणत होतो आमच्या लहानपणी. साधारणपणे १९८६-८७ चा काळ असेल मी माझ्या मोठ्या भावाबरोबर पाठी लागून शाळेत जाऊ लागलो होतो. त्यावेळचे शिक्षक मला आजही आठवतात. सर्वजण मिळून शाळेच्या दोन्ही खोल्या सजवायचे. रंगरंगोटी करायचे. अनेक पशु पक्षी प्राणी यांची चित्रे स्वतः रेखाटून ती शालेय भित्तिचित्रे म्हणून लावलेली होती. गावातील प्रतिष्ठित लोकप्रतिनिधींशी संवाद साधत शाळा आणि गावाच्या विकासाबाबत चर्चा करायचे. मुलांची प्रगती, त्यांच्या पालकांशी संवाद साधत समजावून सांगायचे.

आमचे हावळ गुरुजी म्हणजे आमच्या शाळेचे मुख्याध्यापक होते. आमच्या गावी बालवाडी नसलेने, लहान मुलांना पालक शाळेची गोडी लागावी म्हणून मोठ्या भावंडांचे बरोबर शाळेत पाठवत असत. मी हि त्यातलाच एक. खरं तर माझे पहिलीच्या वर्गात नाव घालण्यात आले ते वर्ष १९८९, पण मी माझ्या मोठ्या भावाबरोबर १९८६-८७ पासूनच शाळेत जात होतो कधी कधी तरी. मला थोडे फार समझत असे. पण लिहिता येत नव्हते. अशातच १९८९ चा जुन महिना उजाडला. माझ्या आजोबांनी मला तयार करून पहिलीच्या वर्गात म्हणजे आमच्या हावळ गुरुजींच्या वर्गात आणले. मला आजही आठवते, गुरुजींनी सर्व मुलांना नवीन विद्यार्थ्यांचे टाळ्या वाजवून स्वागत करायला सांगितले होते. मला गुरुजींनी एका मोठ्या लाकडी पेटीतून एक दगडी पाटी काढून दिली आणि सोबतच एक पेन्सिल पण दिली. गुरुजींना सांगून

आजोबा निघणार तेव्हढ्यातच मी पाटी टाकून आजोबांच्या बरोबर जाऊ लागलो. आजोबा म्हणाले कि तू इथेच थांब हा तुझा वर्ग आहे, पण मी म्हणालो कि नाही मला माझ्या भाऊंबरोबर जायचे आहे. मी रडत असल्याचे पाहून गुरुजी म्हणाले आमदार असू दे न्या त्याला तिकडे, येईल हळू हळू परत. मग काय आजोबांनी मला माझ्या भाऊंच्या वर्गात नेऊन सोडले होते.

आमच्या भाऊंचे शिक्षक फार छान होते. ते माझी चेष्टा करायचे, गोष्टी सांगायचे. खडूची पावडर कधी कधी माझ्या तोंडाला लावायचे. पैजारवाडीचे यादव गुरुजी हे माझ्या भाऊंचे वर्ग शिक्षक होते. आवळी चे पाटील गुरुजी, सातवे चे शेलार गुरुजी, बांबरवाडीचे जाधव गुरुजी, मंगळवार पेठ चे शिंदे गुरुजी, आणि आमच्या गावचे पाटील गुरुजी. वारणानगर चे केंकरे गुरुजी, पन्हाळ्याचे दोन्ही काटकर गुरुजी, वारनूल चे सुतार गुरुजी, नावली चे काळे गुरुजी आणि त्यांचे भाऊ, त्या नंतर आलेले भेडसगावचे पाटील गुरुजी, साळशी पिशवी चे पाटील गुरुजी या सर्व शिक्षकांनी खूपच मेहनतीने आम्हाला घडवले आणि शिक्षणाची गोडी लावली.

मी माझे मोठे भाऊ महानंद भाऊ आणि प्रशांत दादा बरोबर जात असे. अनेक कविता, आणि धडेदेखील मला माहित झाले होते. अश्यातच एके दिवशी आमच्या गावचे पाटील गुरुजी वर्गात आले आणि म्हणाले कि यादव गुरुजी तालुक्याच्या गावी गेले आहेत त्यामुळे मी तुम्हाला शिकवणार आहे. पाटील गुरुजी म्हणाले अरे हा इकडे कसा?

तुम्हाला माहित आहे का? जी लहान मुले मोठ्यांचे ऐकत नाहीत आणि शाळेत त्यांच्या वर्गात जात नाहीत त्यांना पोलीस पकडून नेतात आणि शिक्षा देतात. मग काय , दुपारची सुट्टी होताच मी दादाला म्हटले मी नाही येणार तुझ्याबरोबर आणि पाटलांच्या बंडूबरोबर माझ्या वर्गात गेलो.

आमच्या हावळ गुरुजींनी तेंव्हा सुद्धा न रागावता मला पुन्हा एकदा सगळे काही शिकवले.

हावळ गुरुजींची शिकवण्याची पद्धत खूपच छान होती. त्यांनी आम्हाला चिंचोके गोळा करून आणायला सांगितले होते, पेप्सी कोला फार वाईट पण त्याच्या रिकाम्या पिशव्या आणायला सांगितल्या होत्या. ते चिंचोके पेप्सी कोलाच्या पिशवीत भरून १, २,

३,४,५,६,७,८,९ आणि १० च्या त्यांनी संच बनवल्या होत्या आणि गणित शिकवले होते. जुन्या कॅलेंडर चे अंक कापून ते जाड पुठ्ठयावर चिकटवून त्यांनी १-१० अंक तयार करून रिकाम्या आगपेटीच्या बॉक्स मध्ये भरून गणित शिकवल्याचे मला अजूनही आठवते

सर्व धर्मांच्या बद्दल प्रेम आपुलकी आणि आदरभाव आमच्या बालमनावर रुजवण्याचे महान कार्य या सर्व शिक्षकांनी खूपच लीलया पार पाडले. मला आठवते हावळ गुरुजी आम्हाला सांगत या भिंतीवर आणि तुम्हाला आठवतात ते देव आणि सगळे महान मानवांचे प्रमाणे पुढे येऊन आसनग्रहण करा. आम्ही आसनस्थ व्हायचो कुणी विठ्ठल, कुणी, साई बाबा, कुणी रामदास, कुणी आणखी काही आणि मी बुद्ध . मग ते येणाऱ्या शिक्षकांना आम्हाला विचारायला लावायचे कि तुम्ही कोण आहेत ते सांगा आणि आम्ही सांगायचो.

माझे शब्दोच्चार व्यवस्थित होत नसायचे तेंव्हा ते मला म्हणायचे शददं . आमच्या वर्गाबाहेर व्हरांड्यात ७ वि चा वर्ग भरायचा. त्या वर्गातील मुले भांडत असलीत कि गुरुजी मला म्हणायचे जावा शडड त्या दादांना भांडू नका म्हणून सांगा. माझे बोबडे बोल ऐकून ते दादा लोक भांडण विसरून हसायचे.

आम्हाला शाळेत दूध मिळायचे. ते सकाळी तापवले कि मुले घरून आणलेल्या ग्लास मधून ते घ्यायचे. या तापवलेल्या दुधातून एक छोटीशी काचेची बाटली गुरुजी नेहमी भरून आपल्या खुर्चीच्या मागे ठेवत. ते म्हणजे दूध चांगले होते कि नाही हे पाहण्यासाठी असे.

गुरुजींच्या जवळ अब्राहम लिंकन यांचे हेडमास्तरांस पत्राची एक प्रत भिंतीवर असे. त्यातील काही वाक्ये ते नेहमी सांगत. फसवून मिळवलेल्या घबाडापेक्षा मेहनतीने /कष्टाने मिळवलेला एक छदाम देखील श्रेष्ठ असतो. हि वाक्ये अजूनही मनात घर करून आहेत आणि अजूनही आमच्या व्यवहाराचा एक अविभाज्य भाग बनून राहिली आहेत.

गुरुजी दररोज सकाळी प्रार्थनेच्या वेळी बातमी आणि त्याचा अर्थ नाहीतर एखादा सुविचार आणि त्याचा अर्थ वाचावयास लावीत. गावात अनेक शैक्षणिक उपक्रम राबवले गेले होते.

साक्षरता अभियान तर याचे एक उत्तम उदाहरण होते. आम्ही गावातील सर्व वयस्कर लोकांना संध्याकाळी शाळेत जमवून बोलवून

त्यांना लिहायला वाचायला शिकवले होते.

गुरुजी आम्हाला आठवडी बाजारात पण दिसायचे,त्यांचे तिथे छोटेसे दुकान थाटलेले असायचे. आजोबांच्या बरोबर चर्चा करायचे. बाहेरचे खाद्यपदार्थ खाऊ नयेत हाथ धुवावेत हे नियम आम्ही अगदी तंतोतंत पाळायला शिकलो .

मुलांनी टीव्ही जास्त पाहू नये याकडे गुरुजींचे फार कडक लक्ष असायचे. त्यावेळी गावी फक्त ३-४ टीव्ही संच होते. शाळेची इमारत छोटीशी असलेने काही वर्ग गावातील काही घरी भरायचे. लोहारांचे घर, कापसेंच्या आबांचे घर , निकमांचे घर, चव्हाणांच्या नानांचे घर आणि शेवटी पोवारांच्या आबांचे घर. तर आम्ही ४थी ला असेन त्यावेळी मिथुनचा कोणता तरी सिनेमा लागला होता आणि त्यात प्राणी होते. ते पाहायला आम्ही कापसेंच्या घरी जमलो होतो शिक्षक आले नव्हते, पण आमच्या हावळ गुरुजींची धाडपथकांतील काही मुलांनी आमची चोरी पकडून गुरुजींच्या कानावर घातली होती. झाले, आम्हाला मुख्य शाळेतून बोलावणे आले आणि आम्ही गुरुजींच्यासमोर हजर झालो. गुरुजींनी आम्हां लहान पोरांना समजावून दूध दिले तर मोठ्या पोरांना गावातून धिंड काढू म्हणाले. खरं सांगतो त्यानंतर परत कधी हि आम्ही शाळेच्या वेळेत सिनेमा पहिला नाही.

आमच्या शाळेत स्नेहसंमेलन भरवून श्री. नामदेव भोसले गुरुजींचा सन्मान सर्वांनी केला होता. अनेक वस्तूंचे तसेच कलाप्रदर्शन भरवण्यात आले होते.

१५ ऑगस्ट, २६ जानेवारी, आणि अनेक महापुरुषांच्या जयंती दिनी गावातून प्रभातफेरी काढण्यात येत असे.

शाळेची शैक्षणिक सहल जात असे व त्यातून आम्हाला समुद्र, आणि पर्यावरणाचा अभ्यास आणि निसर्ग सहवासाचा आनंद मिळत असे.

प्राथमिक शाळा संपून आम्ही हायस्कूल ला गेलो, पुढे, कॉलेज शिक्षण झाले. नोकरीला लागलो उच्च शिक्षणाकरिता परदेशी जाण्याचा प्रयत्न केला या सर्व प्रवासात गुरुजींनी आम्हाला पाठबळ दिले.

अजूनही आम्ही जेंव्हा जेंव्हा परत भारतात येतो तेंव्हा या सर्व शिक्षकांनी केलेले संस्कार आम्हाला सदा सर्वदा त्यांची आणि त्यांच्या शैक्षणिक मेहनतीची आठवण करून देतात.

काही महिन्यापूर्वी आमच्या हावळ गुरुजींना महाराष्ट्र शासनाचा राजर्षी शाहू महाराज जीवन गौरव पुरस्कार मिळाल्याचे कळले आणि पुन्हा एकदा त्यां सगळ्या जुन्या आठवणींनी मन उजळुन निघाले.

Sir has also given me a reply as follows:-

आमच्या हावळ गुरुजींचे पत्रास उत्तर

पन्हाळा
सोमवार
22/08/22

प्रिय शरद (शाड्द),

सप्रेम नमस्कार,

बालवयात घडलेल्या कितीतरी छोट्या मोठ्या प्रसंगांचे, आपल्या बालमनावर उमटलेल्या ठशांचे आणि ते हुबेहूब असेच्या तसे 35-40 वर्षे नंतरही आपण वर्णन करून लिहिले. त्यामुळे माझ्याही पूर्वस्मृती [illegible] वाटले. [illegible]

[illegible]

शुभाशीर्वाद !

आपले
हावळ गुरुजी
पन्हाळा

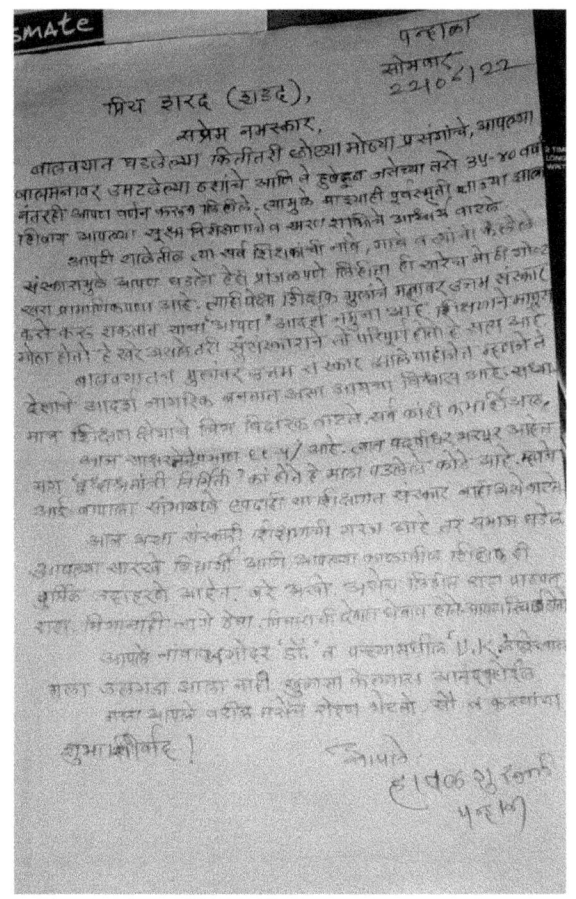

माझे हायस्कूल चे दिवस

आमच्या गावी फक्त ७ वि पर्यंतच शाळा असलेने आम्हाला पुढील शिक्षणासाठी आमच्या तालुक्याच्या ठिकाणी म्हणजे पन्हाळा गडावर जावे लागत असे. आमचे हायस्कूल ," पन्हाळा विद्या मंदिर पन्हाळा" हे महाराणी ताराराणी यांच्या राजवाड्यात पन्हाळा या ठिकाणी अजूनही आहे. मी औदुंबर आणि संतोष खांडेकर असे तिघे अ तुकडीमध्ये तर माझे सगळे बालमित्र हे क तुकडीमध्ये शिकत होते. मी लहान दिसत असल्याने मला माझ्या वर्गातील काही वर्ग मित्र हे चीटपिट म्हणत होते. माहिती नाही अजूनही किती लोकांना मी आठवतो आणि ते माझे टोपण नाव आठवते ?.

आम्हाला एस. एस. के सर, औंधकर सर , सोरटे सर, गायकवाड सर, कवठेकर सर, वराळे सर, शिंदे सर, गिरीगोसावी सर, घुगरे सर,कोळेकर सर,कुलकर्णी मॅडम, गवंडी मॅडम,बापट मॅडम, गवळी मॅडम, समगे मॅडम, तांदळे/माळवदे मॅडम, आणि जोशी मॅडम इत्यादी शिक्षक- शिक्षिकांचे अनमोल मार्गदर्शन लाभले.

मला ८ वि ते १० वि पर्यंत स्कॉलरशिप मिळाली होती. त्यावेळी संपूर्ण वर्गात माझी प्रशंसा एस. एस. के सरांनी केली होती. आमच्या वर्गातील मुले खुप हुशार होती. कुणाला हौलीबॉल तर कुणाला क्रिकेट, तर कुणाला धावणे , कुणाला पेंटिंग, कुणाला गायन, कुणाला वाद्य वाजवणे, कुणाला कॅरम, कुणाला डान्स, कुणाला हस्तकला, कुणाला विणकाम, भरतकाम, रांगोळी, वक्तृत्व, असे अनेकानेक कौशल्ये आत्मसात होती.

या ३ वर्षांमध्ये माझी ओळख हि अशा विविध गुणांनी विकसित झालेल्या माझ्या मित्रांशी झाली. राहुल काटकर, गोपाळ साठे, विनोद गायकवाड,गणेश गायकवाड, राहुल गायकवाड, महेश दावणे , प्रशांत कोरणे, अमेय जोशी, राहुल तोरसे, अमर गवळी, राकेश गवळी, महेश श्रीखंडे, कुतुबुद्दीन शेख, उदय गुळवणी, मंगेश गवंडी,अभिजित गवंडी, विशाल बोरे,प्रमोद धडेल,माणिक खांबे, आशिष लाड,मोहसीन मुजावर,ताहीर, संतोष कदम, नरेंद्र पटवर्धन,सतीश फल्ले, कुलदीप कोकरे,गुलाब मेटे, निलेश विभुते,रवी घाटगे, राहुल भिलावे,विजय बुराण,साजिद मुजावर, अरुण

काशीद,दत्तात्रय गायकवाड,अवधूत खैरमोडे, आणि माझ्या वर्गातील सर्व मित्रमैत्रिणी.. (मी या ठिकाणी माझ्या वर्ग मित्रमैत्रिणींचे काही नावे लिहिली नसतील, तरीही त्यांनी राग मानू नये अशी अपेक्षा व्यक्त करतो व आपली क्षमा मागतो).

आम्ही पाटणकर सरांच्या गणिताच्या ट्युशन ला जात होतो त्यावेळचे माझे मित्रमैत्रिणी , तसेच आमचे लोहार सरांचे इंग्लिश ट्युशन चे मित्र मैत्रिणी, माझे गाव आपटी तसेच आमचे शेजारील गावे - नेबापूर, मंगळवार पेठ, सोमवार पेठ, बांबरवाडी येथील मित्र मैत्रिणी, आणि आमचे सर्व बालग्रामचे मित्रमैत्रिणी यांनी आमचे हायस्कूल नेहमी फुलून जायचे.

आमच्या शाळेच्या मधल्या सुट्टीमध्ये आम्हाला खाऊ घेऊन येणारा मामू तर आमचा खूपच आवडता.(तसेही आम्ही मामुला दर रविवारी बाजारात आमच्या लहानपणापासून पाहत आलो होतो. काही दिवसांपूर्वी मामू आम्हाला सोडून गेल्याची बातमी मी ऐकली होती. आणि मामूनच्या बद्दल आमच्या बापट मॅडम नि लिहिलेला लेख हि वाचला होता.) आमचे घुगरे सर आमच्या हायस्कूल मधील स्टेशनरी स्टोर चालवत असायचे. तिथे मँगो बाईट आणि लेमन गोळ्या व भडंग खूप छान मिळायचे.

आमच्या या शाळेने आम्हाला १० वि च्या बोर्ड परीक्षेला खूप चांगली तयारी करून घेतली होती. पण मला आठवते कि माझ्या गावातील प्राथमिक शिक्षकांच्या सारखे प्रत्येक विद्यार्थ्याला मागे लागून तयारी करून घेणे हे एवढ्या मोठ्या पटसंख्या असलेल्या आमच्या हायस्कूल च्या आदरणीय गुरुजनांना शक्यच नव्हते. तरीही आमचे सर्व शिक्षकांचे आम्हां सर्व विद्यार्थ्यांच्यावर अगदी बारीक लक्ष असे.

आम्ही ९ वी मध्ये असताना महाराष्ट्र कॅडेट कोर म्हणजे (MCC) हि विशेष NCC च्या धर्तीवर नवीन शिस्त प्रिय अशी ट्रेनिंग सुरु झाली होती. आमच्या कोळेकर सरांनी विशेष ट्रेनिंग घेऊन आम्हाला दर रविवारी सकाळी ९-११ अशी सैनिकी ट्रेनिंग दिली होती.

आमची हायस्कूल ची प्रयोगशाळा हि शालेय अभ्यासक्रमातील प्रयोगांचे प्रात्यक्षिक करून दाखवण्यास सुसज्ज होती . आम्हाला संगणक ओळख अभ्यासक्रम होता.

त्यावेळी शाळेमध्ये कोणतीतरी संस्था संगणक आणि प्रिंटर घेऊन अली होती आणि त्यांनी त्यावर आमच्या शाळेचे नाव प्रिंट करून दाखवले होते.

आमच्या शाळेमध्ये गणेश उत्सव आणि त्या निमित्ताने होणारे कार्यक्रम म्हणजे, पालक मेळावा, कॉफी पान, विविध विषयांवर काढण्यात आलेल्या रांगोळ्यांचे प्रदर्शन, वार्षिक विविध कलाकृती महोत्सव , शैक्षणिक सहल इत्यादी होणारे वार्षिक कार्यक्रम म्हणजे आम्हा मुलांना विविध प्रोग्रॅम मध्ये volunteer म्हणून स्वतःला सिद्ध करण्याची संधी.

आमच्या या शाळेमध्ये आम्हाला, नाखरे मामा, कोळी मामा, राजू मामा,आणि इतर हि आमचे शिपाई मामा भेटले. त्यांचे आमच्यावरील प्रेम हे नेहमीच आठवणीत राहील.

हायस्कूल शिक्षणाने आम्हाला शिक्षणाबरोबरच खूपच विविध विचार, परंपरा, संस्कृती, वैयक्तिक कलाकुसर यांच्या संधींची जाणीव करून दिली. त्याचबरोबर भविष्यात येणाऱ्या अगणित संधीची, विविध व्यक्तिमत्वांची, गुंतागुंतीच्या गोष्टींची छोटीशी झलक दाखवत असतानाच त्यांना सामोरे जाण्याचं धैर्य व मनोबल वाढवण्यास मदत केली.

माझ्या सर्व हायस्कूल मित्रमैत्रिणींच्या आठवणींना उजाळा देत असतानाच त्यांच्या उज्ज्वल भविष्याची आशा करतो, आणि माझ्या वंदनीय गुरुजनांना आदरपूर्वक नमन करतो.

आजपर्यंतच्या आयुष्याच्या या प्रवासामध्ये आम्हाला साथ देऊन काही व्यक्ती सोडून गेल्या त्या सर्वांच्या स्मृतींना आदरपूर्वक नमन करतो.

१० वी आणि पुढील शिक्षण

खरे तर माझा प्राथमिक शालेय जीवनातील प्रवास पाहता माझ्या आसपासचे लोक असा विचार करत असतील? किंवा नसतील हि त्यावेळी कि हा फार हुशार आहे नक्की बोर्डाच्या परीक्षेत झळकेल / नाव कोरून ठेवेल. पण खरे सांगू का? असे काहीच झाले नाही. मी हायस्कूल ला गेल्यावर माझे प्राथमिक शाळेतील शिक्षण आणि या नवीन शाळेतील शिक्षण यात फरक पडला होता. खरे तर घोकमपट्टी करायची मला सवय नव्हती आणि थोडा स्वतःवर विश्वास कि आपल्याला येतंय कि , त्यामुळे प्रयत्न हे नेहमी करावेच लागतात. नियमित अभ्यास करावाच लागतो ह्याची जाणीव व्हायला फार उशीर झाला होता. हा तसे मला समझत तर होतेच सगळे पण त्याची उजळणी करायची सवय कुठेतरी मी टाळली होती. पुढे होऊन उत्तर देणे तसेच प्रत्येक गोष्टीत स्वतःहून पुढे येऊन सहभागी होणे या काही चांगल्या सवयी ज्या मला प्राथमिक शाळेत लागल्या होत्या किंवा शिक्षकांनी पाही लागून लावून घेतल्या होत्या , त्या मी कुठेतरी सोडून दिल्या होत्या. बस याचा परिणाम जो व्हायचा तो झालाच. पण तरीही मनात कुठेतरी एक इच्छा होती कि आपण सायन्सलाच जायचे कारण मला तो विषय फार आवडायचा. मला वनस्पती, आजूबाजूचा परिसर, गड, किल्ले, इंजिने , गाड्या, विमाने, जहाज, मशीन्स कशी चालतात, या बद्दल खूप कुतूहल होते. त्याच बरोबर, पाणी , हवा, प्रदूषण, आपल्या पन्हाळ्यावरील ताजी हवा, कोल्हापूरमधील हवा, नदी, गावातील तलाव, आणि त्यामधील पाणी प्रत्येक ऋतुमानानुसार का बदलते. याचे कुतूहल होते. आमच्या गावातील आमचे डॉक्टर काका, म्हणजेच सुभाष काका, लोकांना इंजेकशन देऊन त्यांचे रोग कसे काय बरे करतात?, आपण दवाखान्यात गेल्यावर डॉक्टर आपले कसे परीक्षण करतात? रोग का होतात? आणि त्यावर औषध कसे दिले जाते? हे औषध कसे काय काम करते? खूपच प्रश्न माझ्या मनात घर करून होते अगदी लहानपणापासून. पुढे शिकत असताना असे समाजत गेलो कि याचे सविस्तर विश्लेषण हे सायन्स चा अभ्यास केल्यावरच कळेल.

हं. पण १० वि चे खूपच कमी मार्क्स आणि पुढचा हा एवढा मोठ्ठा विचार.... काही एक तार जुळत नव्हती. अश्यातच, माझा मोठा दादा,

बी.एस्सी. च्या वर्गात होता. झाले. मलाही कसे बसे ११ वि सायन्स ला ऍडमिशन मिळाले. खरे सांगतो माझे कुठे चुकले याची जाणीव झालेली होती त्यामुळे स्वतःलाच खूप दोष देत होतो मी त्यावेळी. पण आटा खूप छान अभ्यासावर लक्ष द्यायचे असे ठरवले आणि कॉलेज सुरु झाले.

पण खरी गम्मत तर इथेच सुरु झाली. मला ऍडमिशन मिळाले ते पण गव्हर्नमेंट कॉलेज- राजाराम कॉलेज , कोल्हापूर या ठिकाणी आणि मी दादा बरोबर हॉस्टेल ला राहायला सुरुवात केली. हॉस्टेल ते कॉलेज बस ने प्रवास होता. त्यावेळी नवीन ब्लू रंगाची माझी सॅक होती ती माझ्या एवढीच उंच होती. ती बॅग सावरताना माझी खूप अडचण व्हायची. आमचे राजाराम कॉलेज म्हणजे सगळे देशभरातले कुठल्या कुठल्या राज्यामधले उत्तम शिक्षक पण सगळे इंग्लिश मध्येच बोलायचे. त्यामुळे आम्हा मराठी माध्यमातल्या काही मुलांची खूप अडचण व्हायची . मला तर आमच्या शिक्षकांनी म्हटलेले ,"गुड मॉर्निंग क्लास आणि सी यू इन नेक्स्ट लेक्चर", असे काहीच शब्द सुरुवातीला कळायचे.

झाले, ११वि नंतर खूपच नाराजीने गणित हा विषय सोडून भूगोल घ्यावा लागला होता. पण १२ वि बोर्ड ला जे व्हायचे तेच झाले. खूपदा लायब्ररीत शोधूनही 'इंग्लिश ते मराठी डिक्शनरी आणि ती हि सायन्स मधील विषय मराठीत भाषांतर करणारी' अशी सापडली नाही. प्रात्यक्षिक खूप छान जायचे पण मेन विषय खूप प्रयत्न करूनही अवघड वाटायचे. काही मुलांनी क्लास लावले होते. पण मला नाही जमले.झाले तोपर्यंत च्या आयुष्यात नेहमी मुले नापास का होतात? असा विचार करणारा मी १२ वी मध्ये भौतिकशास्त्र आणि रसायनशास्त्र या २ विषयात ५ आणि ९ गुणांनी नापास झालो होतो. माझे मित्र सुहास लोहार,महादेव पवार, सर्जेराव निगवेकर, सचिन तळप, आशिष, विनायक गायकवाड, असिफ बागवान हे सर्व पास झाले होते आणि मी मात्र नापास.

राजाराम कॉलेज मधून बाहेर पडत असताना २ वर्षांमधील खूप गोष्टी आठवून सारखे सारखे मागे वळून पाहत होतो. घरी गेल्यावर आबा , पप्पा आणि घरचे सगळे काय म्हणतील याचा विचार करत होतो.

आबांनी लगेच विचारले पुढे शिकायचे आहे कि शेती मध्ये लक्ष घालताय? काहीच काळात नव्हते. पण म्हटले नाही पुन्हा १२ वि पास व्हायचंय. मग काय आर्टस् ला ऍडमिशन घेणार? आबांचा प्रश्न... नाही आबा सायन्स लाच---मी आबा -. ठीक आहे. जेव आणि झोप.. उद्या सकाळी लवकर उठ आपल्याला कोल्हापूरला जायचे आहे. हो आबा. पप्पांना खूप वाईट वाटले होते. त्यांनी नेहमी प्रमाणे पेढे आणले होते. पण मी १२ वि ला आणि लहान भाऊ १० वि ला दोघे हि नापास झालो होतो.

माझ्या सारख्या एका हुशार मुलाने असे का वागावे? कदाचित अनेकांना प्रश्न पडला असावा. त्यावेळेस आमचे वर्गशिक्षक शेलार गुरुजी घरी आले होते. आबांना म्हणाले असू दे , पोरगा हुशार आहे.. सायन्स अवघड आहे. पण करेल तो पुन्हा प्रयत्न. मला त्याला क्लास १ ऑफिसर झालेला पाहायचा आहे.

दुसऱ्या दिवशी आम्ही मी व आबा छत्रपती शाहू महाराज जुनिअर कॉलेज, बुधवार पेठ, कोल्हापूर या कॉलेज मध्ये होतो. याच कॉलेज मधून माझा मोठा भाऊ १२ वि झाले होता. आबा आणि प्रिन्सिपॉल सरांचे बोलणे झाले. सर म्हणाले, काय शरद राव आत्ताच जाणार क्लास मध्ये कि उद्या येणार? सर उद्या पाठवतो, आबा म्हणाले.

ते एक वर्ष मी एवढे कुणाशी बोललो नाही. वर्गात खप छान मुले होती. अशीच हसरी आनंदी आणि हुशार. मी मात्र गप्प. शिक्षक काय शिकवतात, ते लक्षपूर्वक ऐकायचो आणि मनन करायचो . खरं सांगतो राजाराम कॉलेजमधील लेक्चर्स आठवत होते पण आत्ता अर्थ काळत होता. शिक्षक मराठीतून समझून सांगायचे. या वेळी पण मुलांच्या म्हणन्यावरून पूर्ण क्लास टाळायचा म्हणून आम्ही एके दिवशी पाठीमागच्या उंच भिंतीवरून पळून जाण्याचा असफल प्रयत्न केला होता. पण उडी मारली आणि मला पाण्याच्या हातपंपाचा बार लागला. थोडक्यात डावा डोळा वाचला होता. माझ्या पैलवान मित्राने मला परत आणले होते कॉलेज मध्ये कारण आमच्या मॅथ्स च्या टीचर नि आम्हाला वरून पहिले होते. आम्ही दोघे प्रिंसिपॉल पाटील सरांच्या समोर होतो. सर म्हणाले, कांबळे अजून फक्त २ महिने. मन लावून अभ्यास कर मग पुढे काय करायचे ते ठराव. आणि हो पळून जायचे असेल तर समोर चे आपले मुख्य दार आहे ना तिथून सर ळ जायचे

कोण काही म्हणणार नाही पण जीव धोक्यात नाही घालायचा. उडाणटप्पू नाही बनायचे.

मी आणि मित्र आम्ही दोघेही खाली मान घालून हो सर म्हणालो. पुन्हा कॉलेज ला कधीच दांडी नाही मारली. या कॉलेज ने मला पुन्हा एकदा शैक्षणिक मार्गावर आणून ठेवले. माझ्या या जुनिअर कॉलेज मधील सर्व गुरुजनांना आदरपूर्वक नमस्कार. माझे या कॉलेज मध्ये काही मोजकेच मित्र झाले होते. माहिती नाही आज ते मला ओळखतात कि नाही. आणि मी १२ वी पास झालो.

पुन्हा एकदा पुढे काय करणार? कुठे जाणार म्हणजे कोणत्या विषयामध्ये डिग्री घेणार? डी.एड , साठी प्रवेश घेण्यासाठी प्रयत्न केला, त्यावेळी डोंगरी विभागाचा दाखल मिळवण्यासाठी खूप फिरलो. कोडोली या ठिकाणी आमचे शेलार गुरुजी भेटले होते. म्हणाले. काहीही बॅन पण शिक्षक नको. पुढे शिक अजून खूप मार्ग आहेत. शोध. आबा बरोबर होतेच, म्हणाले, गुरुजी असे का म्हणता? आमचे सर म्हणाले , अहो खूप आशा आहेत याच्या कडून. प्रयत्न करू द्या. नाही तर मग आहेच कि मी. या वेळी कोल्हापूरच्या बी. टी . कॉलेज मध्ये ऍडमिशन साठी फॉर्म भरताना विनायक चे बाबा भेटले होते, त्यावेळी मी त्यांना विनायक आमचा मित्र होता राजाराम ला आणि खूप त्रास देत असे असं सांगितले. झाले. विनायक तस काही फार त्रास देत नसायचा चेष्टा मस्करी करायचा पण बाबांनी त्याला खूप बोलले होते. महादेव ला वाईट वाटले, म्हणाला अरे असं बोलायचं नसत. खरंच, महादेव, सुहास, सर्जेराव, विनायक हि माझी राजाराम ची मित्रमंडळी खूप काहीशिकवून दिली. खूपच साथ दिली त्यावेळी.

महादेव म्हणाला चल आपण दोघेही राजाराम ला ऍडमिशन घेऊ बी. एससी ला. मला मनात धस्स झाले. पण महादेव म्हणाला अरे असं कस या कॉलेज मधून रडत बाहेर पडला होतास ना आता हसत बाहेर पडू . झाले आम्ही दोघांनीं परत राजाराम ला ऍडमिशन घेतली. महादेव ने १ वर्ष मेडिकल लॅबोरेटरी टेकनॉलॉजिचा कोर्स केला होता या मधल्या एका वर्षात.

अशा प्रकारे आम्ही बी. एससी . सुरु केली. पण आता मला कोणत्याही विषयाची भीती वाटत नव्हती. पुन्हा एकदा राजाराम कॉलेज मधील त्या सगळ्या प्रयोगशाळांची जणू काही माझे पुनश्च स्वागत केले होते . मला काही माझे जुने मित्र हि भेटेल होते. असिफ

बागवान हि होता. आणि आता मात्र माझ्यापाशी एक ध्येय होते या कॉलेज मधून हसत हसत बाहेर पडायचे. या कॉलेज जीवनात खूप छान मित्र भेटले जे आजही माझ्या संपर्कात आहेत. महादेव, नईम , राजवर्धन, हर्षद, महेश, योगेश वठारे, योगेश (आम्हाला लवकर सोडून गेला आमचा सर्वांचा लाडका कुमार सानू), योगेश देसाई, सचिन कांबळे, बाळकृष्ण पोतदार, विशाल खाडे , आशिष, आशुतोष, राहुल, रमाकांत, सचिन तळप, सुदर्शन, अजिंक्य , प्रसन्न, रवी शिंदे, केदार, रणजित, नितीन , प्रदीप, शिरीष आणि खूप काही वर्ग मित्र - मैत्रिणी.. सर्वांची नावे नाही लिहीत आहे नाहीतर वेळ नाही पुरणार...

तर या माझ्या ३ वर्षांच्या कालावधीत सुद्धा खूप काही किस्से घडलेले आहेत. त्याबद्दल पुन्हा कधी तरी मी लिहीन .

या वेळी रसायनशास्त्राने मला बेजार केले होते पण मित्रांनी रविवारी खास अभ्यास घेऊन मला पास करण्यात वाटा उचलला. आम्ही सगळे मित्र योगेशच्या घरी जमायचो ना त्यावेळी आई आम्हां सगळ्यांना काही ना काही खाऊ करून देत असायच्या. हे माझे मित्र म्हणजे फक्त मित्रच नव्हे तर माझे भाऊच होते आणि आहेत. मी तर माझ्या सगळ्या मित्रांच्या कुटुंबाला माझेच कुटुंब समझत वाढलो. मित्रांचे आई बाबा म्हणजे माझे आई बाबाच जणू. तोच धाक आणि तीच माया आणि आपुलकी. मी स्वतःला त्याबद्दल खूपच भाग्यवान समजतो कि मला असे जिवाभावाचे मित्र मैत्रिणी भेटल्या ज्यांच्या आशीर्वादामुळे मी आजवर इथवर पोहचलो.

आमचे शिक्षक - आदरणीय भोसले मॅडम, आत्तार मॅडम, नाकाडे सर, टिकेकर सर, गोडबोले सर, पाटील मॅडम, कुरणे मॅडम, तोरो मॅडम, पाटील सर, अडत सर , माली मॅडम, कुलकर्णी मॅडम, बेंडिंगरे मॅडम, या सर्वांनी आम्हाला सूक्ष्मजीवशास्त्र, वनस्पतीशास्त्र, प्राणिशास्त्र, रसायनशास्त्र,इंग्लिश,या विषयात पारंगत केले. आम्ही देखील खूपच आवडीने हे विषय शिकलो. आम्हां मित्र मैत्रिणींनी एकमेकांना समजावून सांगत चर्चा करत हे सगळे विषय छानपणे समझून घेतले. या सर्वांचा परिणाम म्हणून मला एम. एस्सी . सूक्ष्मजीवशास्त्र ला ऍडमिशन मिळाले.

आणि हो अशा प्रकारे मी राजाराम मधून हसत हसत बी. एस्सी . सूक्ष्मजीवशास्त्र हि पदवी घेऊन बाहेर पडलो.

माझा सायन्स चा प्रवास

जसे कि मी मागे एकदा लिहिले होते कि, माझी बारावी ची परीक्षा अवघड गेली होती आणि मी पुन्हा एकदा प्रयत्न करून पास झालो होतो. हां, तर काय झाले कि बारावी ची परीक्षा अनुत्तीर्ण झाल्यावर माझ्या मोठ्या भावाबरोबर मी तो ज्या ठिकाणी बारावी शिकला होता त्या स्वामी विवेकानंद संस्थेच्या छ. शाहू महाराज जुनिअर कॉलेज,जुना बुधवार पेठ या ठिकाणी लगेच दुसऱ्या दिवशी गेलो होतो.

या बारावीच्या वर्गात असताना माझे प्रत्येक विषयकडे खूपच काळजी पूर्वक लक्ष असे. त्याच बरोबर आजवर फक्त कधी कधी तरी लुटुपुटु सारखी शेतीमधील कामे करणारा मी या वर्षी शेती मध्येही लक्षपूर्वक काम करू लागलो होतो. आबा म्हणायचे शिक्षण नसेल तर शेती उत्तम करता यायलाच हवी. तसेही आम्ही सगळी भावंडे हि शरीराने थोडे बारिकच होतो. आम्हाला शेती करणे कष्टाचे वाटत होते. आणि हो शेतीची कामे आमच्या खेडेगावात डोंगर दरीमध्ये करणे म्हणजे आजही खूपच कष्टाचे आहे. असो, तरीही काही उलट बोलू शकत नव्हतो त्यामुळे या वर्षी मी भांगलणी, कोळपणी, खते टाकणे, कोळपणी नंतर फेसाटी मारणे, कुंपण घालणे हि थोडी दरवर्षीच्या बांध घालणे, ढेकळं देणे यापेक्षा वेगळी अशी कामं केल्याचे आजही आठवते.

त्याचबरोबर कॉलेज मध्ये काही समजले नाही तर तास संपल्यावर शिक्षकांना विचारू लागलो. या कॉलेज चे शिक्षक हि खूपच प्रेमळ आणि उत्साही भेटले. ते हि मला समजावून सांगू लागले. हे सगळे शिक्षक मराठी मधून समजावत असत. आमचे केमिस्ट्री चे शिक्षक तर माझ्याबरोबर कॉलेज सुटल्यावर पण बस स्टॅन्ड पर्यंत चालत जात जात काही गोष्टी समजून सांगत होते. मी हि माझ्या मनाची समजूत घालत होतो कि हे सगळे विषय तर माणसांनीच तर शोधून काढलेत. आणि डार्विनच्या थेअरी प्रमाणे विचार केला तर आपल्यामध्ये नक्कीच काहीतरी प्रगत असे गुणसूत्रं असणार म्हणून तर आपण पुढची पिढी ना? हं. ही मात्र फक्त पक्की लक्षात ठेवली होती बायॉलॉजिमधील गोष्ट.

तर अशा प्रकारे आमच्या ह्या कॉलेज ने पुन्हा एकदा आत्मविश्वास जागृत केला होता आणि फिज़िक्स आणि केमिस्ट्री ची भीती घालवली होती. मी थोडा थोडा माझ्या मित्रांच्या मध्ये मिसळत पण होतो. कॉलेज सुटल्यावर रंकाळा बस स्टॅण्डवर जाता जाता कधी मढी माझ्या राजाराम कॉलेज च्या मित्राच्या घरी पण जाणे व्हायचे. माझा मित्र सनी आणि त्याचा दादा आणि मी खूप गप्पा मारायचो. आई आम्हाला चहा करून द्यायच्या आणि आम्ही तिघे गप्पा मारत काही तरी काम करत राहायचो. म्हेणजे हया माझा मित्र आणि दादा गणपती तयार करायचे प्लास्टर ऑफ पॅरिस चे मातीचे, आणि रंग द्यायला खूप मज्जा यायची. सनी चाच शेजारी या माझ्या कॉलेज मध्ये माझा वर्गमित्र होता. याच कॉलेज मध्ये माझा रियाझ नावाचा मित्र पण होता. त्यांच्या घरी ईद ला खीर खायला जाणे व्हायचे. एक पैलवान मित्र तर अनिकेत निंबाळकर, आणि इतर हि काही मंडळी होती.

असो , तर या कॉलेज मधून मी पास झाल्यावर मला खूपच छान वाटत होते. राजाराम कॉलेज चे लेक्चर्स पण आता आठवत होती आणि वाटत होते थोडे लक्ष दिले असते आणि कुना दादा लोकांना जर हॉस्टेल वर प्रष्ण विचारून थोडे समझून घेतले असते तर एक वर्ष वाया नसते गेले.

हां तर पहिल्यांदा जेंव्हा मी ११वि १२वि ला हॉस्टेल ला राहत होतो ना तेव्हाच्या थोड्या गोष्टी आठवू.

पहिल्या हॉस्टेल मध्ये नेमकं काय घडले?

तर मी आणि महानंद भाऊ आम्ही दोघे हि वारे वसाहती मधील त्या थोड्याश्या पडझड झालेल्या इमारतीमधील हॉस्टेल मध्ये राहायला गेलो होतो. आबा वरचेवर भेटायला येत असत. या हॉस्टेल मध्ये खूप अशी आमची हुशार अभ्यासू दादा मंडळी होती. संतोष दादा, सतीश दादा, शिवाजी सावंत दादा, भाऊ कांबळे दादा, विष्णू चांदणे दादा, राजू बोथीकर डॉक्टर, धनगर डॉक्टर, राहुल डॉक्टर, तर, रवी, मनोहर, अभिजित, सुदर्शन अशी माझी समवयस्क म्हणजे माझे बरोबरचे मित्र हि होते. राकेश दादा, रामदास नाईकनवरे, अशी पोस्ट ग्रॅड्युएशन ला असणारी मंडळी हि होती. तर सांगायचे काय तर अगदी जुनिअर कॉलेज, सिनियर कॉलेज, आणि डॉक्टर्स,एंजिनियर्स ,टीचर्स , पदवी आणि पदव्युत्तर शिक्षण घेणारी अशी अगदी मातब्बर मंडळी या आमच्या हॉस्टेल मध्ये होती. महानंद भाऊ आमच्याबरोबर

एक वर्ष होता तर दुसऱ्या वर्षी या सर्व मंडळींनी अगदी लहान भावाप्रमाणे माझी काळजी घेतली. आम्ही सकाळी सगळे किंवा काही लोक मिळून संभाजीनगर बस स्टॅण्डसमोर असणाऱ्या मोरया टि स्टॉल वर मोरया काकांच्या कडे नाश्त्याला जात होतो.

हॉस्टेल मध्ये आम्हाला दोन वेळचे जेवण मिळायचे आणि एक वेळ दूध असायचे. आता ते दूध म्हणजे काय प्रकार होता ते माहिती नाही पण घरच्या म्हशीचे अस्सल दूध पिलेले आम्ही या शहरातले असे पाण्यासारखे दूध कसे काय असते असा विचार करायचो. आमच्या हॉस्टेल वर चर्चा असायची कि आधीच दूधवाला पाणी मिसळून दूध देत असणार त्यात आमचे आचारी म्हणजे आमचे मामा लोक वरून पाणी घालत असणार. असो, तर आम्हाला इंगवले मामा, कलगुटकर मामा आणि पाटील मावशी जेवण बनवून देत असत. महिन्यातून एकदा मेजवानी असायची आणि संध्याकाळी मेस बंद असायची. प्रत्येक मुलाला जेवण मिळेल अशी व्यवस्था असायची. जेवणासाठी येणाऱ्या साहित्यात काही घोळ आहे कि काय म्हणून एकदा पंजाब कि कुठल्या तरी पर राज्यातील अधिकारी आमच्या हॉस्टेलला चौकशी साठी आले होते.

या २ वर्षाच्या काळामध्ये मी सतीश दादांच्या बरोबर एकदा साखरी या गावी, विष्णू सरांचे बरोबर एकदा त्यांच्या गावी , आमच्या मनू च्या सरदार दादांच्या बरोबर एकदा माजनाळ या गावी तर आमच्या हॉस्टेल च्या वॉर्डन सरांच्या बरोबर एकदा त्यांच्या मोपेडवरून अगदी सातवे सावर्डे या गावी हि जाऊन आलो होतो. या सगळ्या गावांना भेट दिल्यानंतर असे जाणवले कि आपल्या हि पेक्षा अत्यंत बेताची घरची परिस्थिती असणारे असे हे माझे दादा लोक खूपच मेहनतीने आणि कष्टाने शिक्षण घेत आहेत. अनेकांची घरे म्हणजे अगदी छोटेसे वर्तुळाकार दार असणारे झोपडी होती. तर काहींची घरे म्हणजे फक्त एक खोली तर झोपायला शाळेची ओसरी. तरी हि हि सगळी मंडळी जेवण कसे हि असले हॉस्टेल च्या पडक्या इमारतीतही आपले शिक्षण पूर्ण करण्याची आस धरून मन लावून अभ्यास करत होते. सभोवतालची वस्ती हि खूपच दंगा करणाऱ्या लोकांची होती. काही मोठी मंडळी आम्हाला युनिव्हर्सिटी मध्ये अभ्यासिके मध्ये अभ्यास करायला घेऊन जायची. काही रात्री जागून अभ्यास करायची. पण मला मात्र कॉलेज मध्येच काही समझत नसलेने खूपच अवघडून जायचे.

हॉस्टेल मध्ये असताना कॉलेज करता करता संतोष दादांच्या सारखी मुले पार्ट टाइम जॉब करत होती. मी हि काही वेळा त्यांचे बरोबर टेलेफोन बूथ वर जाऊन थांबलो असल्याचे आठवते. संतोष दादांच्या बरोबर साखरी मधील काही दादा मंडळी हि आमच्या हॉस्टेल ला रात्री राहायला येत असत. महादेव दादा, सुनील दादा अशी मंडळी दिवसभर काम करून रात्री राहायला येत.

या हॉस्टेल मधील मुलांच्याकडे हि काही कला होत्या. कुणाला गायनाची आवड, कुणाला कराटे, कुणाला जिम, कुणाला, मिळेल ते टेबले खुर्ची वाजवण्याची, कुणाला डान्स करायची आवड होती. पण माझे मात्र मन कुठे तरी खंत खात होते. या लोकांना कसे सांगावे काही कळत नव्हते. मी त्या हि वेळी थोड्या आठवणी लिहिण्याचा प्रयत्न केला होता. दुसऱ्या वर्षी १२ वि ला असताना एका रात्रीच्या वेळी अचानकपणे आमच्या हॉस्टेल च्या रेक्टर नि आम्हाला सगळ्यांना शांतपणे एका ट्रक मध्ये साहित्य भरायला सांगितले होते. आणि आम्ही त्या रात्री ती जागा सोडून एका दुसऱ्या जागी चांगल्या इमारतीमध्ये रवाना झालो होतो.

या सर्व लोकांची धडपड, आणि शिक्षणाची ओढ माझ्यातला त्या लहानपणीच्या एका अस्तित्व हरवलेल्या हुशार मुलाला जणू काही जाब विचारात होती आणि त्याचबरोबर या जगातील स्पर्धेची पुसटशी चाहूल करून देत होती. माझे राजाराम कॉलेज, त्या मधील त्या भव्य वर्गांच्या खोल्या आणि त्या भव्य प्रयोगशाळा मला साथ देणारे माझे मित्र या सर्व आठवणींमध्ये ती २ वर्षे कशी भुर्रकन उडून गेली होती.

आता नवीन कॉलेज मधील एक वर्ष हि सारले होते. मी १२ वि पास झालो होतो. बी. एस्सी ला प्रवेश घेतला होता आणि परत राजाराम च्या दारातून प्रवेश घेतला होता तो फक्त या कॉलेज मधून काही तरी बनून च हसत बाहेर पडायचे म्हणून.

बी.एस्सी. ची पदवी.

बी.एस्सी च्या पहिल्या वर्षी आम्ही प्रवेश घेतला (आम्ही म्हणजे मी आणि महादेव) तो केमिस्ट्री, बॉटनी ,झूलॉजि आणि मायक्रोबायॉलॉजि या ग्रुपच्या विषयांना आणि इंग्लिश तर कंपल्सरी होता पहिल्या वर्षी आणि शेवटच्या वर्षी. पहिल्या वर्षी प्रवेश घेतल्यावर आमची ओळख झाली ती आमच्या भोसले मॅडम, आत्तार मॅडम,टिकेकर सर, नाकाडे सर , माळी मॅडम, बेंडिंगरे मॅडम या मायक्रोबायॉलॉजि विभागाच्या आमच्या सर्वात प्रिय अशा शिक्षकांशी आणि त्याच बरोबर बोटनी आणि झूलॉजीच्या पाटील मॅडम, तोरो मॅडम, कुरणे मॅडम ,चौगुले मॅडम,काही नवीनच जॉईन झालेले नवशिक्षीत आमचे प्रिय असे बॉटनीचे आणि झूलॉजिचे शिक्षक आणि शिक्षकांशी. या सर्व शिक्षकांच्या शिकवण्यात एक जादू होती. जे विषय मला याच कॉलेज मध्ये २ वर्षांपूर्वी अवघड वाटायचे ते मला चक्क अगदी पूर्णपणे ओळखीचे आणि अगदी जणू काही मी त्यात सराईत असलेल्या विद्यार्थ्याला समजावे असे समाजात होते. काय झाले होते मला? माझाच माझ्यावर विश्वास बसत नव्हता. मला माझ्या सर्व प्रयोगशाळा पुन्हा एकदा खूपच आवडू लागल्या होत्या.

बॉटनी मधील प्रॅक्टिकल्स, ती सर्व वनस्पतींची ओळख आमची पहिल्या वर्षाची बॉटनी स्टडी टूर कात्यायनी परिसरामध्ये गेली आणि त्या टूर मध्ये आमच्या शिक्षकांचे आसपासच्या वनस्पतींचे माहिती देणे. फायर ऑफ द फॉरेस्ट म्हणजे लाल ज्वालेसारखा फुलून आलेला पांगिरा, पॅपिलिओनसई फॅमिली मधील ती कागदी फुले आणखी बरेच काही माहिती खूप छान वाटू लागली होती. माझी प्रॅक्टिकल्स मधील कुशलता पाहून खूपदा आमच्या प्रॅक्टिकल्स च्या शिक्षकांनी माझे कौतुक केल्याचे आठवते. माझे जर्नल्स आठवण म्हणून ठेऊन घेतली गेली होती.

झूलॉजि मधील प्रॅक्टिकल्स पण खूपच छान समझत होती. झुरळांची , रॅट ची , गॉगल गाय , मासा, गांढूळ अशा प्राण्यांची नर्व्हस सिस्टिम (मज्जातंतूंची रचना) ,पचनसंस्था, पुनरुत्पादन संस्था यांचा अभ्यास आणि निरीक्षणे करताना वाटायचे कि कित्ती सखोल ज्ञान

दडलेले आहे कि नाही या सभोवतालच्या सृष्टीमध्ये. बस आपली फक्त जाणून घेण्याची इच्छा पाहिजे.

या वर्षी मला राजाराम कॉलेज हे खूपच वेगळे भासले. मला माझे सगळे विषय आवडू लागले होते. आणि मी त्यात रस घेत गेलो. या वर्षी एक गम्मत झाली होती (म्हणजे तशा खूपच गमती घडत असायच्या) ती म्हणजे आमचे इंग्लिश चे शिक्षक मिस्टर गोडबोले सर आणि त्यांची पहिली एन्ट्री. तर काय झाले होते वर्गामध्ये नवखेपणा गेल्यावर आम्ही चांगले रुळत असताना, आणि खूपच छान मित्रांशी गट्टी जमली असताना (मी सांगेन त्यांची नांवे), हे असे सर आले. तर बी. एस्सी. ला असल्यामुळे म्हणा कि ११ वि १२ वि पर्यंत इंग्लिश इंग्लिश केल्यामुळे म्हणा , पहिल्या वर्षी उगीच आपला कंपल्सरी विषय म्हणून इंग्लिश ला कोणी फारसे मनावर घेत नव्हते. आणि त्यामुळे त्या लेक्टरले बसायचे नाही किंवा लक्ष द्यायचे नाही अशी थोडीशी चातक लागली होती काही मुलांना. त्यामुळे वर्गात दंगा असायचा. अशा वेळी आमच्या गोडबोले सरांनी एन्ट्री घेतली होती. एक उंचपुरा देखणा तरुण मुलगा आमचा दंगा चालू असताना एन्ट्री करून उगिचच ब्लॅकबोर्ड वरील लिखाण पुसून स्वतःच करू लागला. मुले लागली ओरडायला ये काय रे हा कोण नवीन आला रे?

अगदी छोटीशी सॅक मस्त पैकी खांद्यावर घेऊन आलेल्या त्या व्यक्तीला पाहून आम्हाला वाटलेच नव्हते कि ते आमचे नवीन इंग्लिश चे टीचर आहेत म्हणून. मुलांचे सोडा पण मुलींच्या मधून काही आवाज आलेले आम्ही ऐकले होते.

तर या गोडबोले सरांनी आम्हा सर्वांची मने जिंकून घेतली होती. आणि अक्खा क्लास इंग्लिश च्या लेक्चर्स ना हजार राहू लागला. व्हायचे काय आम्ही मुले त्यातूनही चुकुन कुठे क्लास चुकवून जर का वॉशरूम ला गेलेलो असलो तर हे आमचे शिक्षक महाशय तिथेही हजेरी लावून म्हणायचे गप्पा झाल्या असतील तर तेवढे इंग्लिश च्या लेक्चर्स ला हजर राहायचे बघा. घ्या इथं पण आलात का सर तुम्ही अहो आम्ही येतच होतो. तर अशा या आमच्या लाडक्या सरांची आम्हाला ३ ऱ्या वर्षी च्या लेक्चर्स ला आठवण अली होती पण सर नेव्ही कि एअर फोर्स आर्मी मध्ये जॉईन झाले होते.

हं. पण पहिल्या वर्षानंतर बॉटनी आणि दुसऱ्या वर्षानंतर झूलॉजि हे दोन्ही विषय सोडून द्यावे लागून शेवटच्या वर्गात फक्त एकाच

विषयाचे ६ पेपर द्यायचे असतात हे आम्हाला या ठिकाणी कळले होते.

तिसऱ्या वर्षाला मायक्रोबायॉलॉजिसाठी प्रवेश घेताना अशी परिस्थिती होती कि खूप मुलांना चांगले मार्क्स मिळाले होते. आम्ही जवळ जवळ १७-१८ मुले आमच्या सूक्ष्मजीवशास्त्र विभागाच्या बाहेर प्रवेशासाठी नाव लागले असलेने आमच्या भोसले मॅडम यांची सही घेऊन प्रवेश निश्चित करण्यासाठी रांगेत उभे होतो. दुसऱ्या वर्षात खूप पटसंख्या असायची पण शेवटच्या वर्षाला फक्त निवडक प्रवेश असायचे . मला मायक्रो आणि झूलॉजी या दोन्ही विषयाला चांगले मार्क्स होते. पण माझे रसायनशास्त्र खराब गेले होते. आमच्या मॅडम बाहेर आल्या आणि म्हणाल्या शरद , या विषयामध्ये आवड तर आहे पण यासाठी खूप मेहनत घ्यावी लागते, कारण पुढे जाऊन फक्त २४ जागा या विषयाच्या एमएस्सी साठी असतात आणि फक्त बी.एस्सी या विषयात करून पुढे लवकर नोकरी लागणे खूप कठीण आहे. मी आपल्या आजोबांना ओळखते आणि त्यांना नाराज झालेले मला नाही पाहवणार. त्यामुळे तुम्ही झूलॉजिला प्रवेश घ्या, बी.एड. करा एखाद्या कॉलेज नाहीतर हायस्कूल ला नोकरीचे लगेच पाहता येईल. मी होकार देऊन बाहेर आलो कि माझे मित्र म्हणायचे, शरद तुला हा विषय आवडतो ना? मग घे ना ॲडमिशन. आम्ही आहोत ना. अरे पण मॅडम जे बोलतात ते पण बरोबर आहे ना. अरे आम्हाला ॲडमिशन मिळत नाही म्हणून आम्ही धडपडतोय या बाळकृष्ण ने आणि विशाल ने आपल्याला ॲडमिशन मिळावे म्हणून केमिस्ट्री ला ॲडमिशन घेतलय आणि तू आता ॲडमिशन मिळत असताना का दुसरीकडे जातोयस? झाले, मला पण मायक्रो मध्ये इंटरेस्ट होता. मग काय कुठून धैर्य आले कुणास ठाऊक पण म्हटले मॅडम, तुम्ही प्लीज सही करा. हे वर्ष झाल्यावर पुढे काय करू म्हणून या विभागाच्या उंबरठ्यावर उभा राहणार नाही.

३ रे वर्ष सुरु झाले. केमिस्ट्री विषय हा अविभाज्य असलेने १ ल्या आणि २ ऱ्या वर्षी त्यास पास करणे आवश्यक असायचे. मला पुन्हा प्रॅक्टिकल्स समजायचे. पण थेअरी अवघड वाटायची. मग काय आमच्या मित्रांची टीम मला घेऊन रविवारी पण कॉलेज च्या आवारात २-४ तास मला केमिस्ट्री शिकवायची आणि मी त्यांना एखादा बॉटनी नाही तर झू चा पाठ. खरे तर आम्ही सगळे प्रत्येक जण एक एक धडा वाचून यायचो आणि मग एकमेकांना समजावून सांगायचो. माझे मित्र नईम नदाफ, विशाल खडे, बाळकृष्ण पोतदार, महादेव पवार, महेश

, हर्षद आणि राजवर्धन हे सगळे आम्ही योगेश च्या घरी जमायचो आणि अभ्यास करायचो.

३ऱ्या वर्षात असून हि मला २ ऱ्या वर्षाची केमिस्ट्री ची परीक्षा पास करायची होती. मला मायक्रो खूपच छान समझायचे त्याचबरोबर मला केमिस्ट्री माझ्या मित्रांच्या मुले सोप्पे वाटू लागले होते. बॉटनी आणि झूलॉजि तर खूपच आवडायचे. आणि या सर्वांमध्ये मायक्रो म्हणजे या सगळ्या विषयांचे समीकरण होते. शेवटच्या वर्षासाठी आम्हाला पाठ्यपुस्तक नव्हते. तर संदर्भ पुस्तकातून वाचन करून समझून घेऊन सर्व गोष्टींचे आकलन करावे लागत असे. झाले, आमच्या मॅडमच्या लाडक्या अशा काही मुली होत्या ज्यांनी सगळी रेफेरेंस ची पुस्तके आमच्या लायब्ररी मधून नेहमी राखून ठेवली होती. आम्हाला कधी तरीच मिळायची. तरी देखील एकमेकांशी चर्चा आणि नाही समजले तर त्यावर शोध आणि एकाने वाचन आणि समजावून सांगणे या गोष्टी निरंतर होत राहिल्या. त्यातूनही आम्ही शेवटच्या वर्षी सगळ्या विषयातील मुलांनी एकत्र येऊन वार्षिक स्नेहसंमेलनामध्ये डान्स केला होता ते पण अगदी ढोल ताशा स्टेजवर आणून. कार्यक्रमामध्ये पुढे जाऊन अभिवाचन केला होतं. हळू हळू माझ्यातील तो शरद पुन्हा एकदा आवडीने पुढे येऊन हिरीरीने भाग घेत होता. प्रॅक्टिकल्स मन लावून करत होतो. मायक्रो मधील लॅब मध्ये तासनतास मायक्रोस्कोप खाली खूप गोष्टींचे विविध प्रकार पहिले होते. माती कशी तयार होते, मातीमध्ये सूक्ष्मजीवाणूंचे कित्ती भांडार लपून असते, पाणी का दूषित होते? त्या मध्ये सुक्षजिवाणुंचा काय सहभाग असतो? निसर्गामध्य कार्बन नायट्रोजन आणि सल्फर चे चक्र कसे चालते? अनेक गोष्टीचे विघटन करण्यामध्ये सुक्षजिवाणुंचा कसा सहभाग असतो? फक्त रोगचं नाही तर प्रतिजैविके तयार करण्यामध्येही सूक्ष्मजीवाणूंचा कित्ती मोठ्ठा वाट असतो, अनेक प्रकारची मद्य , औषधे, तसेच आंबवून तयार केलेले खाद्य या सगळ्यांमध्ये सूक्ष्मजीव कसे महत्वाची भूमिका निभावतात? या अशा कितीतरी प्रश्नांची (जी माझ्या बालमनाला पडलेली होती खूप लहान असल्यापासून) उत्तरे शोधण्याची हि अतिशय उत्तम संधी मला मिळाली होती. सूक्ष्मजीवशास्त्राची ओळख, अभ्यास करण्याची हि तर खरी सुरुवात होती जिने माझ्यातील संशोधक वृत्तीला चालना दिली होती. या सर्व गोष्टींच्या घडामोडीमुळें माझ्यातील सुप्त मनाला एक मार्ग सापडला. अर्थात या सर्वांचे श्रेय हे मी माझ्या शिक्षकांना, माझ्या प्रिय मित्रमैत्रिणींना, आणि माझ्या कुटुंबातील माझ्या सर्व पालक आणि नातेवाईकांना देतो. या सगळ्या

लोकांच्या खूप सहकार्याने अक्षरश: हिंदोळ्यांनी मला घडविलेले आहे. आपल्या सर्वांचा मी आयुष्यभरासाठी ऋणी आहे.

जेंव्हा आमचा बी.एस्सी चा निकाल लागला त्या अगोदरच आमचा एम.एस्सी. च्या प्रवेश परीक्षेचा निकाल लागला होता. शेवटच्या वर्षांमध्ये आम्हाला सारखे राहून राहून वाटत होते कि जर आपल्याला एम.एस्सी. ला प्रवेश मिळाला नाही तर? त्यामुळे आम्ही मित्रमंडळी ज्या ज्या वेळी युनिव्हर्सिटी च्या लायब्ररीला अभ्यासाला जात होतो त्या त्या वेळी युनिव्हर्सिटी मधील बायोटेकनॉलॉजिच्या विभागात जाऊन नेहमी गोविंदवार सरांना विनवणी करत असायचो आणि असे मत मांडायचो कि आपली युनिव्हर्सिटी मध्ये सगळ्या विषयांच्या करीत एक एक बिल्डिंग उभी आहे पण मग आमच्या मायक्रो विषयासाठी का नाही?

प्लीज काहीही करा पण युनिव्हर्सिटी मध्ये मायक्रो बायोलॉजी विषयाची एम.एस्सी सुरु करा. त्या प्रमाणे एम.एस्सी मायक्रो हॉरीझॉन्टल मोबिलिटी असा एम.एस्सी कोर्से सुरु करण्यात आला होता आमच्या वेळी. पण एम.एस्सी च्या प्रवेश चाचणी चा निकाल लागला आणि आम्हाला कराड येथील २४ च्या एम.एस्सी.. मायक्रो बायोलॉजी या विष्याकरिता प्रवेश मिळाला होता. आमचा हर्षद तर प्रवेश परीक्षेच्या ऐनवेळी आम्ही पाठीमागे लागून त्याच दिवशी फी भरून परीक्षा द्यायला लावली होती. तो पण राधानगरी वरून येऊन परीक्षा दिली होती.

अशा प्रकारे आमच्या मित्रांची एम.एस्सी साठी निवड झाली होती. प्रवेश प्रक्रियेच्या दिवशी मला असे लिहून दयावे लागले होते कि माझा प्रवेश हा मला मिळालेल्या बी.एस्सी च्या एकूण गुणांना अनुसरून असेल आणि जर त्यामध्ये एका हि गुणांनी बदल असेल तर प्रवेश रद्द होईल.

या वेळी मात्र आबा खुश होते आणि माझ्या ऍडमिशन वेळी कराडला माझ्या सोबत येऊन प्रिन्सिपॉल सरांची भेट घेऊन लक्ष असू द्या असे सांगितले होते.

एम. एस्सी. शिक्षण

मागील लेखात मी लिहिले होते कि, माझे बी. एस्सी. चे सूक्ष्मजीवशास्त्रमधील शिक्षण संपल्यावर एम.एस्सी. मायक्रोबायॉलॉजि साठी मला कराड च्या यशवंतराव चव्हाण कॉलेज ऑफ सायन्स ला ऍडमिशन मिळाले होते.

त्याप्रमाणे मी कराड ला प्रवेश निश्चित करायला गेलो होतो त्यावेळी आबा सोबत आले होते. हा अभ्यासक्रम २ वर्षांचा होता. प्रवेश घेताना, आम्ही हॉस्टेल ची पण चौकशी केलेली होती. त्यावेळेची माझी भेट माझ्या वर्गातील प्रदीप सराटे आणि स्वाती वायदंडे यांच्याशी झालेली होती. त्या दिवशी आम्ही प्रिन्सिपॉल सरांची पण भेट घेतली होती.

आसपासच्या काही ठिकाणी राहण्याची मेस ची काय सोय होते का ते पण पाहून आम्ही संध्याकाळी गावी परतलो. दुसऱ्या दिवशी सकाळी मी आबा आणि पप्पा पन्हाळ्यावर युनियन बँक ऑफ इंडिया च्या मॅनेजर ना भेटण्यास गेलो होतो. त्या ठिकाणी २-३ वेळा भेट दिल्यावर लोन चे काम झाले होते जे कि मी शिक्षण संपल्यावर ६ महिन्यानंतर हप्त्याने परतफेड करायचे होते. या साठी आम्हाला कोल्हापूर मधील लक्ष्मीपुरीमधील मेन शाखेला देखील भेटावे लागले होते.

कराड ला शिक्षण सुरु झाले. राहायला कॉलेज चेच हॉस्टेल निवडले होते. तिथे आमचे सिनियर सुनील पाटील , विजय बनसोडे , शिवाजी चव्हाण, निनाद कदम, मोरेश्वर काळे इत्यादी नुकतेच शिक्षण संपवून बाहेर पडणारी मंडळी आणि आम्हाला सिनियर असणारे , संदेश म्हेत्री , प्रसाद लोणी , अविनाश राऊत , अभिजित घार्गे,आमोद नातु, अविनाश रोहिदास, संदीप बाबर, महेश चवदार,प्रताप सोनटक्के, राज सिद्दूल , शेखर करमपुरी, प्रवीण देशमुख, शिवाजी वाघमारे, माळी सर , अशी हुशार मंडळी भेटली. आम्हाला सिनिअर असणारी हि मंडळी मुले मुली मिळून ४२ च्या आसपास होती तर आमचा वर्ग हा पूर्वी प्रमाणे फक्त २४ चा होता. आमच्या सिनिअर मंडळी मध्ये माझ्या बहिणी कविता आणि दीदी पण होत्या.

आमचा वर्ग हा योगायोगाने स्त्री-पुरुष समानतेसारखा होता १२ मुले तर १२ मुली. ते पण राजाराम मधून आलेले आम्ही ५ मुले (मी,महादेव, महेश,हर्षद आणि राहुल (भालचंद्र) तर ५ मुली(नम्रता,प्राची, दिप्ती, प्रिया आणि सुनेत्रा); कराडच्याच कॉलेज चे राजेश, रमाकांत(राजारामचाच पण ३ऱ्या वर्षी कराडला होता)आणि विजय हि मुले तर प्रज्ञा आणि निलोफर या दोघी; साताऱ्या वरून पूनम, स्नेहलता, प्रदीप आणि अमरजीतसिंग, सांगली वरून, बिरुदेव, स्वाती, आणि हर्षदा; तर बार्शी हुन अश्विनी आणि संकल्प. तर हि सगळी हुशार मंडळी बरोब्बर २४ लोकं २४ महिन्यांकरिता एकत्र राहून एम. एस्सी. सूक्ष्मजीवशास्त्र या विषयात पदव्युत्तर शिक्षण घेण्यासाठी या ठिकाणी एकत्र आलेली होती.

आमचे शिक्षकवृंद म्हणजे आमच्या शिवाजी विद्यापीठाच्या शैक्षणिक जगात सूक्ष्मजीवशास्त्राची बीज रोवणारी आणि त्याचा वटवृक्ष साकार करणारी अतिशय आदर्श आणि या विषयाला जीवन वाहून घेतलेली अशी लाखमोलाची मंडळी. आम्ही सूक्ष्मजीवशास्त्र पहिल्यांदा जिथे शिकलो त्या शिक्षकांचे शिक्षक म्हणजे हे आमचे एम.एस्सी. चे शिक्षक होत. त्यामुळे अशा थोर व्यक्तींच्या हातून आपले उच्च शिक्षण पुर्ण करण्याचा हा एक योगायोगच आम्हाला लाभला होता. या मध्ये आमचे गांधी सर, देशमुख सर, काळे सर, पठाडे सर, बजेकल सर, शेख सर, सावंत सर या शिक्षकांचा समावेश होता. आमचे लॅब चे सहकारी, सचिन आणि एक मॅडम होत्या (माफ करा पण नाव आठवत नाहीय).

हे सर्व शिक्षक अतिशय सुरेख पद्धतीने आम्हाला शिकवायचे. गांधी सर म्हटले होते, "तुम्ही सगळे लोक म्हणजे एक दुधावरील साय आहात . सगळ्या शैक्षणिक पात्रतेमधून निवड होत होत इथवर आलेला आहात; त्यामुळे तुम्ही मन लावून या विषयाचा अभ्यास कराल आणि त्याचा पुढील आयुष्यात उपयोग कराल अशी एक आशा आहे."

आमची प्रॅक्टिकल्स सकाळी तर दुपारी लेक्चर्स असायची. पठाडे सरांचे ओरिजीन ऑफ लाईफ , बजेकल सरांचे बायोकेमिस्ट्री, काळे सरांचे मेडिकल मायक्रोबायॉलॉजि आणि इम्युनॉलॉजी , शेख सरांचे व्हायरॉलॉजि, देशमुख सरांचे मायकॉलॉजि , गांधी सरांचे, मायक्रोबियल नोमेनक्लेचर आणि फेरमेंटेशन टेकनॉलॉजि , आणि

सावंत सरांचे इलेक्ट्रॉन मायक्रोस्कोपी आणि सर्व लॅबोरेटरी मधील उपकरणे बद्दल ची लेक्चर्स अजूनही आठवतात.

या शैक्षणिक वर्षांमध्ये प्रत्येक ३ महिन्यांनी सेमिस्टर परीक्षा असायची त्यामुळे खूपच अभ्यास करावा लागत असे. अगदी दिवाळीच्या वेळेस पण आमचे पेपर होते प्रॅक्टिकल्स तर लॅबमध्येच लिहून काढावी लागत असत. रात्री जागून हि काही वेळा अभ्यास केल्याचे अजूनही आठवते.. सबमिशन तर रात्री पण व्हायची. आमचे शिक्षक कधींकधीं सकाळी ७ लाच लेक्चर्स घ्यायचे.

कधी टॉवर हॉल तर कधी मिळेल ती लेक्चर रूम तर कधी नेहमीचाच वर्ग. बायोल्युमिनिस्सेन्स च्या प्रॅक्टिकल च्या वेळी आम्ही रात्री चे लॅब मध्ये जमलो होतो. शेख सरांना खूपच चांगले फोटोग्राफ्स काढायला यायचे. बऱ्याच मुलांच्या प्रोजेक्ट चे फोटोग्राफ्स हे त्यांनीच काढलेले होते. आमच्या वेळी नवीन लॅबोरेटरी चालू झालेली होती. तिथे फ़र्मेंटर चे छोटेसे मॉडेल हि आणले होते. विषाणुंचे संगोपन, फक्त एकाच सूक्ष्मजीवाणूंचे विलगीकरण आणि त्याचे शुद्ध स्वरूपात संगोपन करणे, त्यांची जनुके शोधून काढणे, छोटे प्रोजेक्ट स्वतः करून काही सूक्ष्मजीवांचे संशोधन करणे आणि त्याचे सादरीकरण करणे, विविध उद्योग समूहातील सूक्ष्मजीवाणूंचे कार्य आणि त्याची माहिती घेण्या करिता शैक्षणिक सहल पहिल्या वर्षी बंगलोर ला त्या ठिकाणी डेअरी इन्स्टिट्युट , सायन्स इन्स्टिटयूट, सर विश्वईश्वरैय्या मुझियम , राष्ट्रीय क्षयरोग इन्स्टिटयूट, एंटॅमॉलॉजि रिसर्च, इत्यादी तर दुसऱ्या वर्षी महाबळेश्वर पाचगणी येथील मॅप्रो समूह भेट.

या २ वर्षांच्या मध्ये मला खूपच छान मित्र मंडळी भेटली. सर्वजण खूपच मन लावून अभ्यास तर करायचेच पण त्याच बरोबर, या दोन वर्षात आम्ही कराड जवळील खूप ठिकाणी पदभ्रमंती केली होती. आगाशिव गढ, सदाशिव गढ , या ठिकाणी १-१ वेळा तर प्रीतिसंगम घाट तर नेहमीचाच आमचा फिरण्याचा भाग होता. कॉलेज पासून कराड शहरात चालत जायला खूप मज्जा यायची. मुले खूप भरभर चालायची. कधी पावसात तर कधी रम्य अशा संध्याकाळी प्रीतिसंगम ला भेट देणे. तेथील स्वर्गीय यशवंतराव जी यांच्या स्मृतिस्थळाला अभिवादन करणे आणि त्या अतिशय सुंदर रित्या अशा काळजी घेतलेल्या बागेमध्ये सौम्य अशा जुन्या गाण्यांच्या संगीतात अर्धा एक तास घालवणे खूप छान वाटायचे. या बागेचे वैशिष्ठ्य हे होते कि या बागेमध्ये कराड च्या म्युनिसिपालिटी ने ध्वनिक्षेपकांची व्यवस्था

करून त्यावर जुनी गाण्याची धून लावली जात असे. कधी मराठी जुनी गाणी तर कधी किशोर कुमार यांची गाणी असत. हा प्रकार या पूर्वी मी कधी कुठे पहिला नव्हता. कधी तरी कच्ची दाबोळी नाहीतर मसाला डोसा खाणे. कधी कधी सिनिअर्स बरोबर हॉलिवूड सिनेमा पाहणे. आणि रात्री परत येऊन जेवण करणे.

हॉस्टेल चे दिवस

हं. तर तस हा माझ्यासाठी दुसरा अनुभव होता हॉस्टेल चा. या हॉस्टेल मधील आमचे सिनिअर्स कधी कधी तर गच्चीवर आम्हाला बोलवून गप्पा गोष्टी करायचे. तर काही लोक हे व्यायाम करायचे. शेखर कारामपुरी आमोद, संदेश , आणि इतर काही जण त्यांच्याबरोबर आमच्या महादेव ने हि व्यायाम करून शरीरयष्टी कमावली होती. विजय हा माच्या पासून जरी फार जवळच राहत होता तरीही सकाळी सकाळी लवकर आम्हाला उठवायला हॉस्टेल मध्ये हजार असायचा. त्याच्याबरोबर सकाळी सकाळी लवकर उठून आम्ही कराड ते मसूर चा रस्ता धरायचो आणि चांगले ३-४ किलोमीटर चालून यायचो. चालत असताना आम्हाला कधी कधी आमचे प्रिन्सिपॉल सर देखील भेटायचे आमच्या हॉस्टेल च्या रेक्टर ना विजय हा बाहेर राहतो कि हॉस्टेल ला तेच कधी कधी समजायचे नाही. म्हणजे आम्ही १२ मुले एकत्रच असायचो नेहमी. आमच्या कॉलेज मधील खानावळ शब्बीर चालवायचे. सुरुवातीलाच एकदा शब्बीर भैय्या नि आम्हाला एकदा इथे जेऊन बघा म्हटले होते. त्याप्रमाणे आम्ही काही मंडळी तिकडे जाण्यास सुरुवात केली होती. नाही तर आमचे बरेचसे सिनिअर्स कुठे कुठे तरी जेवायला जात असत. पण हळू हळू आम्ही सगळे शब्बीर भैय्या कडेच मेस जॉईन केली होती. सगळी जुनिअर कॉलेज ची मुले जेऊन झाली कि शब्बीर भैय्या आम्हाला जेवण देत असत. कधी कधी भाजी संपली तर नवीन बनवून देत. आम्ही मुले शब्बीर भैय्यांचे खूपच चेष्टा मस्करी करत असू. भाजी चांगली झाली नाही तरी त्यांच्यावरच तुटून पडत असू. आमच्या अमरजित ला हरभरा भाजी दिसली कि तो म्हणायचं भैय्या हा घोड्याचा खान नको आम्हाला. गरम गरम चपाती आणून लगेच प्रत्येकाच्या ताटात द्यायचे शब्बीर भैय्या.

त्यांची मुले समीर आणि सिमरन हि फार लहान होती. कधी कधी भैय्या आणि भाभी यांच्या मध्ये भांडण झाले तर सगळी मुले सोडवायला जायची. अशातच एकदा शब्बीर भैय्या ला काही तरी झाले म्हणून त्यांची रिक्षा घेऊन मुलांनी कृष्णा मेडिकल ला त्यांना ॲडमिट केले होते. या २ वर्षात दोन्ही वेळा पावसाळा खूपच जास्त होता. त्यामुळे मधला रास्ता म्हणजे कराड आणि कॉलेज ला

जोडणारा नदीवरील पूल देखील पाण्यामुळे उभा राहिला होता. कराडच्या पूर म्हणजे भीती आणि कुतूहल यांचा एक मध्य होता. पाण्याला फार वेग असे म्हणजे कोयना धरणातून सोडलेले पाणी आणि कृष्णा नदीचा पूर आणि या दोन्ही नद्यांचा पाण्याचा गजब मेल म्हणजे कराड चा पूर. त्यावेळी कॉलेज ३-४ दिवस बंद असायचे. जे जे मिळेल ते ते तयार करून शब्बीर भैय्या आम्हाला खाऊ घालत असे. पण या अशा सगळीकडे बंद असलेल्या अवस्थेत हि भैय्या ने मुलांची गैरसोय करू दिली नव्हती. काही ठराविक मुलांना तर बहिय्या अगदी फुकट जेऊ घालत होते. भैय्या नि कधी हि पैशांच्या करीता कुरकुर केल्याचे आठवत नाही. अशा कॉलेज बंद च्या वेळी मुलांनी भाड्याने तव आणून हॉस्टेल ला खूपच मजेशीर असे गॉड मस्ट बी क्रेझी सारखे विनोदी चित्रपट पहिले असल्याचे आठवते.

आमच्या कॉलेज च्या गते जवळच जयकरचा चहाचा गाडा असायचा. आम्ही बहुतेक मुले सकाळी सकाळी चहा आणि नाष्ट्यासाठी इथे जमत असू. कधी कधी लेक्चर्स च्या मध्ये तर संध्याकाळी लेक्चर्स संपल्यावर जयकर चा गाडा आम्हा सगळया मुलांच्या गलबलाटाने फुलून जाई . त्यानंतर समोरील टेलेफोन बुथवरून कुणाचे फोन कॉल चालू व्हायचे. तर कुणी त्यावेळी जवळच्याच गणपती मंदिराकडे फिरायला जायचे. फिरून आल्यावर हॉस्टेल ला फ्रेश व्हायचे. कुणी व्यायाम करायचे कुणी लिखाण तर कुणी गप्पा. अशातच जेवणाची वेळ व्हायची आणि आम्ही सगळे मेस ला हजर . जेवण झाल्यावर काही लोक एक फेरफटका मारायचे आणि आल्यावर मग हॉस्टेल वर अभ्यास चालू व्हायचा. अभ्यास बरोबरच आमच्या सिनिअर्स बरोबर गप्पा चालू असायच्या. तर कधी तरी गाण्यांच्या मैफिल जमायची. माझ्याकडे छोटासा रेडिओ आणि कॅसेट प्लेयर होता त्यावर आम्ही किशोर कुमार यांची गाणी लावून ऐकत असताना लिखाण करायचो. या हॉस्टेल मध्ये आमच्या सिनिअर्स मध्ये सोलापूर भागातील मंडळी होती त्यांना तेलुगू भाषा कळायची. त्यामुळे त्यांनी आम्हाला काही तेलगू भाषेतील चित्रपट मराठीत करून सांगितले होते.

अशा या हॉस्टेल च्या वातावरणात आमच्या सिनिअर्स नि आम्हाला अभ्यास, व्यायाम, पायी चालत फिरणे, मनोरंजन, अभ्यासाच्या चर्चा, शिक्षकांच्या गोष्टी, नेट च्या परीक्षेची तयारी, एम.एस्सी नंतर पुढील करिअर च्या वाटा , सिनिअर्स च्या सिनिअर्स च्या अभ्यासाच्या पद्धती, काय चांगले काय वाईट? अशा प्रकारचे खूप मार्गदर्शन आणि सोबत

दिली. या हॉस्टेल मध्ये छोटे छोटे वादाचे किस्से सोडले तर सगळे जण एक खूपच चांगल्या पद्धतीचे आयुष्याचे धडे शिकवून देत होते. संध्याकाळी अभ्यासानंतर रात्री च्या वेळी १०-११ च्या दरम्यान आम्ही मुले काही सिनिअर्स च्या बरोबर मसाले दूध प्यायला जायचो. तर अशा या वातावरणात आम्ही कधी हि मुलींच्या गोष्टी बोलत असल्याचे आठवत नाही. पण एके दिवशी काही मुलींनीं आमच्या वर्गातील काही मुलांना चिडवल्याचे काही नावे पाठीमागून ठेवल्याचे मी ऐकले आणि त्यांना भर वर्गात सांगितले कि अरे आपण फक्त २ वर्ष आणि कदाचित आपलय शैक्षणिक आयुष्यातील बहुदा शेवटची अशी हि काही वर्षेच एकत्र आहोत त्यामुळे छान मिळून मिसळून राहुयात. उगीचच चेष्टा मस्करी नको आणि भलतेच प्रसंग नकोत. खरे तर आम्ही मुले खूपच मजेत असे हॉस्टेल चे दिवस अनुभवत होतो. अभ्यासाबरोबरच सभोवतालचे परिसर फिरत होतो. त्यामुळे आम्ही कधीही मुलींच्याबद्दल फारश्या चर्चा नाही करायचो. पण मुलींना मात्र काही तरी असे वाटत होते बहुतेक कदाचित, त्यामुळे एके दिवशी संध्याकाळी जयकर कडे चहापान झाल्यावर काही आमच्या वर्गमैत्रिणींनी मला म्हटले कि आमच्या बरोबर जरा फिरायला येतो का? मी हळूच महादेव कडे पहिले तो खुणावला जा.. पण जपून.. मी जसा त्यांच्याबरोबर जवळील रस्त्याने जात होतो मागे पहिले काही अंतरावर महादेव आणि मंडळी हि मागावर होती. मुलींनी म्हटले कि शरद खार सांग काल रात्री तुम्ही कुठे होतात. मला जसे आठवत होते तसे मी त्यांना सगळे खरे सांगितले कि आम्ही हॉस्टेल वरच होतो. बस. ठीक आहे, त्या म्हणाल्या. आणि आम्ही परत आलो. हॉस्टेल वर आल्यावर मला सगळ्यांनी विचारले अरे काही सिरीयस? मी सांगितले काय झाले ते. पण आम्हाला काही कळले नाही आमच्या वर्गातील मुलींना काय म्हणायचे होते ते.

आम्ही परत एकदा सगळे आमच्या नेहमीच्या गोष्टीत रममाण झालो. या २ वर्षात २-३ सिनिअर्स आणि आमच्यामध्ये फक्त अमरजितसिंघ आणि बिरदेव कडे मोबाईल फोन होता. शेवटी शेवटी आणखी २-३ कडे आला होता. अमरजित चा फोन आम्ही गाणी ऐकण्याकरिता वापरायचो. या २ वर्षात एकदा मी आमच्या काही सिनिअर्स बरोबर शेजारच्या धाब्यावर जेवायला गेलो होतो. काही मंडळी नि बिअर घेतली होती. पण मी घेतली नसल्याने आणि मी पित नसल्याने मी त्या बिलामधील एकत्रित रक्कम देण्यास विरोध केला होता. महादेव या वेळी माझ्या बरोबर नव्हता. पण हॉस्टेल वर

आल्यावर त्याला कळाले कि आम्ही बाहेर गेल्यावर असा काही घडलेल आहे. महादेव म्हणाला अस नको करू.. आणि कुठे गेलास तर मला कळवत जा . असेच पुढे एकदा जेवणावेळी राहुल मला काही तरी चिढवत होता. का कुणास ठाऊक मला सारखं सारखं चिढवल्याचे सहन ना झाल्याने मी त्याच्यावर हात उगारला. पण लगेच फार वाईट वाटले. राहुल ने हि प्रत्युत्तर दिले होते. भैय्या ने मध्यस्ती केली. पण या नंतर काही दिवस महादेव ने मला एकात सोडले नाही. पुढे जाऊन आम्ही हि आमची अशी लुटुपुटुची भांडणे विसरून हि गेलो होतो. मी आणि राहुल त्याच्या प्रोजेक्ट साठी रेशीम किडे शोधताना खूपच फिरलो होतो. पुढे राहुल ने कोल्हापूर ला जाण्यासाठी एक स्वस्तातला पर्याय सांगितलं होता. पहिल्या वर्षी २५ डिसेंबर ला आम्ही सगळे गणपतीपुळे, मार्लेश्वर, अशी फक्त हॉस्टेल च्या आमच्या एम.एस्सी १ च्या मुलांची छोटीशी एक दिवशीय सहल काढली होती. या वेळी मी महादेव ने आणलेला सोनी चा डिजिटल कॅमेरा माझ्यापाशी घेऊन खूपच फोटोग्राफी केली होती. पुढे २ वर्ष हा कॅमेरा माझ्याकडेच होता. आमचे १ ले वर्ष संपल्यावर त्यावर्षी मी माझ्या वर्गातील मुलांना आमच्या गावी आपटीला घेऊन आलो होतो. त्यावेळी आमच्या गावची यात्रा होती. दुसऱ्या दिवशी आम्ही पन्हाळ्यावर फिरायला गेलो होतो. परत कराड ला आल्यावर मुलींनी त्यांना का नाही बोलावले असे म्हटले होते. पण गावी त्यांची थोडी गैरसोय होईल म्हणून त्यांना सांगितले नव्हते.

हॉस्टेल मध्ये खूप काही किस्से घडायचे मजेचे चिढवायचे या सगळ्या गोष्टीची कुणीतरी नोंद ठेऊन त्यांना गोकुळच्या कथा आणि त्यातील पात्रांच्या व्यथा अशी नावे दिलेली होती. कधीतरी कुठे सापडल्या या नोंदी तर नक्की त्यावर लिहीन.

आमच्या एम.एस्सी च्या या वर्षांमध्ये आमच्या विभागप्रमुखांना मुलांनी अभ्यासावर लक्ष्य केंद्रित करून उगीच इकडे तिकडे फिरण्यात वेळ घालवू नये असे वाटायचे. त्यातच एके दिवशी आमच्या काही सिनिअर्स ना, सोलापूरला कॉन्फरेन्स आहे असे कळले होते. त्यांनी हॉस्टेल वर तसे सांगताच, सायन्स ची कॉन्फरेन्स कशी काय असते आणि तिथे काय काय शोध किंवा लेक्चर्स दिली जातात या कुतूहलापोटी मी आणि माझ्या वर्गातील आणखी एकाने- कदाचित राजेश असावा अशी नावे नोंद केली होती. कसे कुणास ठाऊक पण याची कुणकुण गांधी सरांना लागली आणि त्यांनी आम्हाला ऑफिस मध्य बोलावले आणि म्हटले कसल्या कॉन्फरेन्स करताय असल्या

गल्लीबोळातल्या? त्यापेक्षा अभ्यास करा आणि पुढे जाऊन चांगले संशोधन करून जागतिक दर्जाच्या कॉन्फरेन्स अटेंड करा. झाले त्या दिवसापासून आम्ही म्हणजे न गेलेल्या कॉन्फरेन्स चे हुतात्मे अशी नोंद आमच्या गोकुळच्या कथेमध्ये झाली होती. या व अशा अनेक गमती जमतींवर आधारित अशी गोकुळचे कथा लिहिली होती आमच्या हॉस्टेल मध्ये कुणीतरी. त्या मध्ये अभ्यासाचे टेन्शन घेणारे टेन्शन बाबा, तर बंटी बबली आणि त्यांचे बुडालेले टायटॅनिक , घोर अपमान, आमचा जॉन, एकपाठी.. पती,मधमाशी , भारावुन टाकणे ,ब्रह्मास्त्र सोडणे , शेरू तेरु, सिंग इस किंग, सातार्‍याचा अस्सल मराठी सिंग,पार्ट टाइम एम.एस्सी. औषधांचे भांडार , सर्व धर्म समभाव , बदकं, डी.पी आणि आबा , आबाचा दंगा, देवाची मस्ती, कुंतलगिरीकर, गोंडस बाळ,पोहे आणि सांभार , भुरळ पाडणे , बैल, कुत्रा, बडा किरदार मराठी सरदार, अशी विविध पात्रे हि सर्व होस्टेलच्या मुलांची एखादी गोष्ट आणि त्याचे व्यंग मांडण्याचा प्रकार होता.

असो, तर अशा या २ वर्षांमध्ये आमच्या सूक्ष्मजीवशास्त्राच्या निपुण अशा शिक्षकांच्या सानिध्यात आम्ही हा अभ्यासक्रम पहिल्या वर्गाने पास झालो. खूपच वर्षांनी मी माझा शैक्षणिक दर्जा परत एका उंचीवर आणून ठेवला होता.

या २ वर्षात मला आमच्या गावातील सुभाष काका, शहाजी काका यांच्या ताई म्हणजे आमच्या अरुणा आत्या , त्यांचे मिस्टर म्हणजे आमचे वकील मामा आणि त्यांची मुले म्हणजे सोन्या आणि मोनाली या लोकांची अगदी घरच्या सारखी साथ मिळाली. अनके सणासुदीला, तसेच माझ्या एम.एस्सी च्या प्रोजेक्ट च्या कॉम्पुटर टायपिंगला मला सोन्या, मोनाली आणि आत्या आणि मामांनी खूपच मदत केली होती. म्हणजे मी कराडला राहत असून देखील आपलेच घरातील कोणीतरी जवळचे आपल्या बरोबर कराडमध्ये आहे याची जाणीव झाली. त्यामुळे कधी घरापासून आणि आपल्या माणसांच्यापासून दूर कुठेतरी आहे असे या लोकांनी वाटूच दिले नाही. किरण काका , काकी, पाकोळी या सर्व लोकांच्या बरोबर खूपदा अनेक विषयांवर संवाद व्हायचे. आबा देखील एकदा इथे राहून गेले होते.

या २ वर्षात आबांनी १-२ वेळेस कॉलेज ला भेट दिली होती त्यावेळी आमोद नि त्यांना हॉस्टेल ला बसवून विचारपूस केली होती.

त्यांची काळजी घेतली होती.

तर अशा प्रकारे मिळालेल्या उच्च शिक्षणाच्या संधीचे एक प्रकारे सार्थक झाले होते ते या विषयात चांगल्या गुणांनीच फक्त पास होऊनच नव्हे तर अतिशय सखोल ज्ञान प्राप्त करून पुढील आयुष्यासाठी काहीतरी उपयोगी पुंजी जमा करून ठेवल्यामुळे. या २ वर्षांनी चांगले मित्र मंडळी, सिनिअर्स, शिक्षकवृंद, चांगली माणसे मला आयुष्यभरासाठी जोडून दिलेली आहेत. या सर्वांचे अगदी मनापासून खूप खूप आभार.

जसे एका दिवसाचे २४ तास, तसेच २ वर्षाचे २४ महिने आणि विविध विचारांची, विविध भौगोलिक, आर्थिक, सामाजिक, परिस्थितीतून आलेली पण एकाच विचाराने प्रेरित, भारीत होऊन एकत्र आलेली माझ्या वर्गातील २४ मंडळी योग्य प्रकारे अभ्यास करून चांगल्या मार्कांनी पास होऊन पुढील वाटचालीस सुसज्ज होऊन या कराडच्या शैक्षणिक भूमीस वंदन करून बाहेर पडली होती.

एम. एस्सी. नंतर पुढे काय?

माझ्या मागील लेखात आपण वाचले असेलच कि मी एम.एस्सी. पर्यंत चे शिक्षण कसे पूर्ण केले. तर पुढे काय? एम.एस्सी. करत असताना मला हे जाणवले कि आमच्या सूक्ष्मजीवशास्त्र या विषयात खूप काही संशोधन करण्यासारखे आहे. बहुतेकदा हे संशोधन परदेशात खूप मोठ्या प्रमाणावर झाल्याचे आढळते. आपला देश हा खूपच नैसर्गिक विविधतेने नटलेला समृद्ध देश आहे. पण बाहेरचे जगात माझ्या विषयात असे काय संशोधन होते आहे जे माझ्या देशात होत नाही याचे कुतूहल होते. आपण नेमके कुठे कमी पडतो?

बाहेरच्या देशात या विषयातले पेटंट, नोबेल पारितोषिके पण आपल्या वाट्याला फक्त मोजकेच शोध? (आणि ते हि बर का भारतीय वंशाचे पण परदेशात स्थायिक झालेले असे आपल्या शास्त्रज्ञांच्या नावाने फक्त.) असे का? आपली लोकसंख्या एवढी मोठी, आपले सायंटिस्ट इतके जास्त, आपल्या गरजा जास्त, मग आपण कोठे कमी पडतो?

फार प्रश्न होते पण सध्या एकाच प्रश्न होता तो म्हणजे शिक्षणासाठी घेतलेले कर्ज फेडणे. तर पुढे काय करायचे? प्राध्यापक व्हावे तर पुढे राष्ट्रीय लेवल ची नेट किंवा राज्यस्तरीय सेट होणे गरजेचे असते नाही तर फक्त तासिका बेसिस वर शिकवायचे म्हणजे पक्की नोकरी नाही.

हां , तसे मी अनेक इंडस्ट्रीज पहिल्या होत्या. एम.एस्सी. करत असताना आमच्या चिपळूणच्या प्रकाश दादांच्या कडे जाऊन लोटे परशुराम मधील काही इंडस्ट्रीज पहिल्या होत्या. त्याचप्रकारे आमचे काही सिनिअर्स अगोदरच काही कंपन्यांमध्ये कामाला लागले होते. शिक्षकांचे मार्गदर्शन पण सोबतीला होतेच . अश्या प्रकारे गद्रे मरीन नावाची एक कंपनी आमच्या कॉलेज वर मुलाखती घेण्यासाठी आलेली होती. त्यावेळी आमच्या वर्गातील ४ लोकांची निवड झालेली होती.

तर उरलेल्या मुलांनी करायचे काय? जो तो आपापल्या परीने धडपडत होते. आम्ही पुण्याला गेलो होतो NCCS मध्ये मुलाखती होत्या जुनिअर सायंटिस्ट कि रिसर्च असिस्टंट पदाकरिता, त्यावेळेची

मी राजेश, आमच्या महानंद दादाकडे राहिलो होतो. तर मुलाखतीलाआमचे अनेक क्लास मेट आलेले होते. अनेकदा नेट ची परीक्षा पण दिली होती.

अश्यातच माहिती मिळाली कि आमचे सिनियर आमोद नि मेसेज पाठवला होता कि ते ज्या ठिकाणी कामाला होते त्या ठिकाणी २ जागा आहेत. माहिती नाही , किती लोकांनी अर्ज केले होते? पण मुलाखतीचा कॉल आलेला होता आणि त्यांनी बोईसर तारापूर या ठिकाणी बोलावले होते. जुन २००७ चा पहिला आठवडा असेल. मी मुंबई ला दादर ला रात्रीचे ११:३० ला आलो. तिथून विरार ला लोकल ने प्रवास केला. ती शेवटची लोकल होती. विरार ला रात्री पोहचल्यावर कळले कि बोईसर ला जाण्याकरिता सकाळी शटल आहे. शटल म्हणजे काय असते? कुतूहलाने एका पोलीस साहेबांना विचारले तर म्हणाले पहिल्यांदाच आला काय रे मुंबई ला? मी हो म्हणालो, ते म्हणाले अरे बाबा रेल्वेचं असते ती एकप्रकारची. रात्री चे २:३० वाजले होते. पहिली डहाणू शटल पहाटे ४:३० कि ५:३० ला होती.

मी पहिले रेल्वे प्लॅटफॉर्म वर सगळीकडेच लोकं झोपली होती. मी एका बाकावर थोडीशी जागा पाहिली आणि बॅग सावरत पोटाशी धरत बाकावर बसून राहिलो.

कुणीतरी म्हटल्याचे आठवले कि तिकीट साठी खूप मोठी रंग लागते स्टेशनवर. मी दादरलाच बोईसर पर्यंतचे तिकीट काढले होते. थोड्याच वेळात पोलीस आले आणि झोपलेल्या लोकांना उठवू लागले.

सगळे लोक उठतील तसे तिकीट खिडकी जवळ रांगेत उभे राहत होते. मी सूचना फलक पहिला तिथे प्लॅटफॉर्म नंबर आणि ट्रेन चे नाव आणि वेळ दिसत होते. मी डहाणू शटल चा प्लॅटफॉर्म शोधला आणि त्या ट्रेन च्या डब्यात जाऊन बसलो. आत्मध्या मोजकेच लोक होते. मी खिडकीशेजारी बसून झोपी गेलो. थोड्या वेळाने खूप गोंगाट झाला म्हणून उठलो तर हि माझी जागा. पास आहे का? नसेल तर उठून उभे राहा असे कोणीतरी बोलत असल्याचे ऐकले. शेजारी एक माणूस दुसऱ्या व्यक्तीशी असे बोलत होता. मी विचार केला आता हि काय भानगड आहे? असो, आपल्याकडे तर तिकीट आहे ना? मग नीट बसून राहायचे. योगायोगाने मला कुणी काही उठवले नाही. मी थोड्या थोड्या वेळाने शेजाऱ्या प्रवाशांना विचारात होतो कि बोईसर आले का?

ते म्हणाले अजून वेळ आहे बरोब्बर १ तास लागेल.

बरोब्बर १ तासानंतर बोईसर आल्याचे कळाले ,बाहेर फलक दिसत होता. उठताना असे कळले कि माझ्या बॅगवर कुणाचा तरी मोबाइल पडलेला आहे. मी विचारले तर शेजारचे कोणी काही बोलले नाही. मग मी तो घेतला आणि बाहेर आलो. प्लॅटफॉर्मवर पोलिसांना सांगितले तर म्हणाले ठेव तुझ्याजवळ. कुणाला आठवण आली तर फोन करेल. मग मी बाहेर आलो. विरार ला एका नळापाशी मी तोंड धुतले होतेच त्यामुळे बोईसर ला स्टेशन च्या बाहेर आल्यावर कुठे चहा मिळतो का ते पाहू लागलो. समोरच एक चहावाला दिसला. तिथे चहाची ऑर्डर देऊन उभा होतो,तेवढ्यात २-३ वेळा काही तरी बॅगेमध्य हादरल्याचे ऐकले. पुन्हा एकदा तसे झाल्यावर माझ्या लक्षात आले कि अरे कदाचित तो फोन वाजत असेल. मग मी बॅगमधून तो फोने काढला. हा कॉल कसा घ्यायचा ? कुठले बटण दाबायचे? असा विचार करण्यातच वेळ गेला. पुन्हा थोड्या वेळाने कॉल आला. मग शेजारी उभा असणारा माणूस म्हणाला वो साहब, वो हरा बटण दबाव. मला कसेतरीच झाले. कधी असा मोबाइल पहिला नव्हता त्यामुळे गोंधळून गेलो होतो. त्यातूनच त्या व्यक्तीला थँक यू म्हटले तर तो हसला. साहब माफ़ कर दो ,मुझे लगा कि आपको पता नही होगा. मला काय बोलावे तेच कळत नव्हते. मी शांत राहिलो चहा प्यायलो. पुन्हा कॉल आल्यावर मी तो कॉल व्यवस्थित उचलला . समोरची व्यक्ती बोलली कि माझा मोबाइल आत्ताच ट्रेन मधून हरवला आहे आपल्याकडे असल्यास प्लिज परत द्याल का? मी म्हणालो हो, पण मी बोईसर ला स्टेशन च्या बाहेर आहे तुम्ही कुठे आहात ? योगायोगाने ती व्यक्ती हि बोईसरलाच उतरली होती. त्यांनी मोबाइलला कंपनीची ओळख पटवली आणि मोबाइलला घेतला. सोबत माझ्या चहाचे पैसे हि दिले. मी धन्यवाद म्हणालो.

आत्ता लुपिन या कंपनीत कसे जायचे? असा विचार करत होतो. समोरच्या रिक्षावाल्या मामाला विचारले तर ते १५० रुपये म्हणाले. मला वाटले कि खूपच लांब आहे वाटते हि कंपनी. मग असेच विचारताना कळले कि इथून पुढे बस स्टॅन्ड आहे तिथून बसेस जातात पण फाट्यावर सोडतात. तिथून चालत जात येते. एकाने सांगितले कि शेअर ऑटो पण जातात. मी शेअर ऑटो मध्ये बसलो त्याने १५ रुपये मध्ये कंपनीपासून थोड्या अंतरावर सोडले. सिक्युरिटी गेट पासून आत गेल्यावर मी माईन ऑफिस मध्ये आलो. तिथे पहिला राऊंडसाठी बसलो तर थोड्याच वेळात राजेश आला. मी खूप खुश

झालो. मी म्हटले अरे कसा आलास? तर तो म्हणाला ठाण्याला आलो होतो तिथून आलो. झाले पहिला दुसरा करत करत ३ रा राऊंड साठी आम्ही बाहेर थांबलो होतो एक एक करत आलेल्या उमेदवारांपैकी अनेकजण मेन रेसेपशनिस्ट जवळ जाऊन काहीतरी बोलत होते आणि जात होते. मी आणि राजेश एकमेकांकडे पाहत होतो. आम्ही दोघांनी सकाळी आल्यापासून एकदा चहा नाश्ता, दुपारचे जेवण एकत्र मुलाखतीच्या राऊंड्स मध्ये कंपनीच्या कॅन्टीन मध्ये केले होते. मस्त पालक पनीर आणि छान जीरा राईस खाताना खूपच छान वाटले होते.

पहिला राऊंड हा शिक्षण, प्रमाणपत्रे आणि घरची माहिती असा होता. दुसरा राऊंड हा फेरमेंटेशन बद्दल माहितीचा होता आम्हाला शिकवण्यात आलेला फेरमेंटर आम्ही बरोबर फळ्यावर काढला होता. त्याची माहिती विविध भाग आणि उपयोग जसे आमच्या गांधी सरांनी शिकवले होते अगदी तसेच सांगितले होते. , ३ रा राऊंड हा व्हीपी जाधव सरांच्या बरोबर होता. जाधव सरांनी नवीन रेकॉम्बिनंट DNA टेकनॉलॉजि विषयी खूप माहिती विचारली होती.

पुन्हा आम्हाला बाहेर बसवण्यात आले होते. मग आम्हाला एक एक करून HR ना भेटण्यास सांगितले होते. मला विचारले मग कधी जॉईन करणार? मी म्हणालो अजून थोड्या दिवसांनी. का? तर मी म्हणालो एज्युकेशन साठी लोन घेतले होते त्यांना सांगून घरच्यांना भेटून येतो, HR साहेब म्हणाले फोन करून सांग ना? मी म्हणालो नाही. मग बाहेर आल्यावर मला receptionist नि बोलावले आणि म्हणाल्या कि तुमचे येण्या जाण्याचे तिकीट दाखवा. मी बरोबर असलेले ट्रेन तिकीट दाखवले. त्या म्हणाल्या कि बोईसर वरून कसे आलात? मी म्हणालो रिक्षाने . किती रुपये घेतले? १५. अशाप्रकारे पूर्ण येण्याजाण्याचा हिशोब करून मला रक्कम देण्यात आली होती, अगदी नवीन कोऱ्या करकरीत नोटा.

पण राजेश अजूनही तिथे बसला होता. मी म्हणालो काय रे काय झाले? तो म्हणाला अरे जे परत जातात त्यांनाच फक्त पैसे देतात. म्हणजे? बहुतेक माझी निवड झाली नसेल आणि राजेश ची झाली असेल म्हणूनच तो थांबला असेल असे वाटले. पण तो म्हणाला काही माहिती नाही.

मी बाहेर आलो परत बोईसर स्टेशन गाठले. तिथून आमोद ना फोन कॉल केला. त्यांनी म्हटले काय विचारले त्यांनी? मी जे घडले ते सांगितले. आमोद नि म्हटले जाऊ दे. फक्त R & D साठी असेल तर हो म्हणायचे नाहीतर नको. पण मला असे काहीच विचारण्यात आले नव्हते. मी आणि आमोद नि तिथे एका हॉटेल मध्ये मसाला डोसा खाल्ला. मग मी बोईसर ते दादर आणि दादर ते कोल्हापूर असा परतीचा प्रवास सुरु केला. पुण्यात स्टेशनला गाडी आल्यावर कोल्हापूरची महालक्ष्मी ट्रेन साठी वाट बघत थांबलो होतो. तेंव्हा तिथे आल्यावर विचार केला कि जर लगेच जॉईन करतो म्हटले असते तर? असो.

मी गावी परत आलो दुसऱ्या दिवशी. शेती मधील पेरणीची कामे संपली होती. पाऊस पडून गेला होता. काही दिवसानंतर मग मी महाडला गेलो, तिथे पाहुण्यांच्याकडे राहून दुसऱ्या दिवशी तिथल्या एका कंपनीत मुलाखतीला गेलो. तिथे हि नंतर कळवतो असे सांगण्यात आले. पुन्हा गावी परत आलो. थोडी पिकं वर आली होती म्हणून मी आजोबांच्या बरोबर कोळपणी साठी शेतात जाऊ लागलो. त्या दिवशी घरी आल्यावर माझ्या छोट्या भावाने सांगितले कि कुठून तरी फोन आला होता आणि कोणीतरी मॅडम इंग्रजी मध्ये काहीतरी सांगत होत्या. मी म्हटले काही नंबर वगैरे दिला आहे का? तर हो म्हणाला. तो नंबर आम्ही फोन डिरेक्टरी मध्ये शोधला तर लुपिन चा होता. मग मी दुसऱ्या दिवशी कॉल केला तर बिना मॅडम म्हणाल्या कि तुम्हाला आता जॉईन होता येईल का? मी हो म्हणालो.

अशाप्रकारे मी लुपिन ला जॉईन होण्याकरिता १५/१६ जून ला निघालो. बोईसर ला पोहचल्यावर, मी लुपिन मध्ये HR विभागामध्ये राहण्यासाठी विचारणा केली तर त्यांनी माझी तात्पुरती सोय सरोवर या हॉटेल मध्ये केली होती. तिथे मला राजेश भेटायला आला होता . आम्ही खूप खुश झालो एकमेकांना भेटल्यावर. त्याने मला सांगितले कि काय काय काम त्याने शिकायला सुरुवात केली आहे .

लुपीन मध्ये अशी व्यवस्था होती कि त्या ठिकाणी काम करणाऱ्या सर्व लोकांची व्यवस्थापन राहण्याची सोया करीत असे आणि त्याची रक्कम हि आपल्या पगारातून वजा होत असे. त्याचबरोबर दर महिन्याला या ठिकाणी आम्हाला ६० चहाची कुपन्स आणि ३० ब्रेकफास्ट आणि लंच ची कुपन्स मिळत असतं . सूर्यवतील जॉइनिंग लेटर घेतल्यावर फयसिकल एक्सामीनाशन साठी आम्हाला डॉक्टर

कुलकर्णी यांच्या क्लिनिक मध्ये जावे लागत असे. ते आमच्या कंपनी मध्ये अधिकृत डॉक्टर्स होते. त्यांची क्लिनिक हि बोईसर बस स्टॅन्ड जवळच होती. तिथे एक्स-रे, वजन, उंची, रक्त, तपासणी करून घेऊन तो रिपोर्ट मी ऑफिस मध्ये दिलेला होता.

रीतसर जॉइनिंग झाल्यावर माझी भेट हि आमच्या संतोष सर, रणजित घोडके सर, आमोद, N.A. जगन्नाथ जी, डॉक्टर M. गणेश सर जी, मिनल मॅडम, गितांजली मॅडम आणि आमचे मिश्रा जी यांच्याशी झाली. राजेश तर अगोदरच या सर्वांमध्ये रुळला होता. हळू हळू मीही या सगळ्यांच्या मध्ये शामिल झालो. तर असा हा आमचा लुपीन R & D चा मायक्रोबायॉलॉजी चा विभाग आणि परिवार होता.

थोड्याच दिवसांत मला हळू हळू लॅबोरेटरी फेरमेंटेशन विभागाचे काम समजावून देण्यात आले आणि रात्र पाळीत काम कर असे सांगण्यात आले. रात्रपाळीत काय काय काम असते आणि ते कसे पूर्ण करायचे याची इतम्भूत माहिती हि माच्या रणजित सरांनी दिलेली होतीच. त्यातच पहाटे पहाटे आमच्या V.P. जाधव सरांचा कॉल येईल असे हि सांगण्यात आले. रणजित सर, संतोष सर हे फेरेमेंटेशन मध्ये खूपच पारंगत असे आमचे सिनिअर्स होते. रणजित सरांनी तर अगदी ते सुरुवातीला जॉईन झाल्यापासून ते मी जॉईन होईपर्यंत वेगवेगळ्या प्रकारचे फेरमेंटेशन युनिट्स कसे होते? त्याचे कार्य कसे चालते? त्यामध्ये काय काय बदल घडवले गेले आहेत याची माहिती दिली होती. त्याचबरोबर या सगळ्या मॉडेल्स चे डिझाईन्स त्यांनी स्वतः कॉम्पुटर वर तयार केलेली होती. असेच काही दिवस गेले आणि असे कळाले कि आमोद आम्हाला सोडून जात आहेत. झाले, आमोद यांच्या मुळेच या ठिकाणी मला हि काम करण्याची संधी मिळाली होती आणि आता ते आम्हाला सोडून जाणार म्हणून फार वाईट वाटत होते. पण त्यांच्या पुढील उज्ज्वल भवितव्यासाठी ते जात आहेत हे ऐकून बरे वाटले.

या नंतर हळू हळू मला फेरमेंटेशन चे कार्य कसे चालते, empty sterilisation , वॉटर sterilisation , मीडिया sterilisation processes , DO२ probe , pH probe कॅलिब्रेशन, वर्क परमिट फॉर द इंजिनिअरिंग डिपार्टमेन्ट पीपल्स , maitenanace डिपार्टमेंट पीपल्स , कसे द्यायचेया सर्व गोष्टींची माहिती आणि ट्रैनिंग मिळाले. रणजित सर आणि संतोष सरांचे खूप खूप आभार . जगन्नाथ जी यांना तर सगळ्या फेरमेंटर्स बद्दल खूपच माहिती होती. मिश्रा जी अगदी लीलया संपूर्ण

फेरमेंटर खोलून क्लीन करून परत जोडायचे. बॅच संपल्यावर फेरमेंटर क्लीन करणे आणि त्याचे सगळे भाग परत जोडून पुढील कामाकरिता तयार ठेवणे फार जोखमीचे काम पण आपल्या अनुभवाच्या जोरावर मिश्रा जी आणि जगनाथजी हे काम अगदी सहज करायचे.

जगन्नाथ जी रणजित सर आणि संतोष सर या लोकांना या मशीन च्या एक न एक छोट्या मोठ्या भागांची माहिती होती. कधी कधी वाटायचे कि हे लोक इंजिनिअर्स सारखे कसे काय काम करतात? तसे हि मला मशिन्स हाताळायची सवय होतीच पण ती म्हणजे आमची पिठाच्या गिरणीतील , तेल घाणा , चटणीचा डंग, पिठाची चक्की, तांदूळ सडण्याचा हौलर अशा प्रकारची. पण हि फेरमेंटर ची मशिन्स फार वेगळी होती. संपूर्ण स्टेनलेस स्टील आणि ती हा ना गंजणारी.

या ठिकाणी मी वेगवेगळ्या सूक्ष्मजंतूंच्या पासून तयार होणाऱ्या प्रतिजैविकांचा उत्पादनावर काम शिकलो.

हे काम रात्रंदिवस चालत असे. १०-१० दिवस एक बॅच चालत असे . त्याचबरोबर तयार होणारे प्रतिजैविक किती प्रमाणात या फेरमेंटेशन ब्रॉथ मध्ये आहे ते तपासण्याचे कार्य हि या ठिकाणी आम्ही करत असे. HPLC , UV Spectrometer वर याची तपासणी होत असे. यातील शर्करा च प्रमाणही प्रत्येक वेळी तपासले जाई . Research अँड development विभागात काम करण्याची संधी मिळाल्याने माझी बऱ्याच इतर विभागातील काम करणाऱ्या माझ्या मित्रांशी ओळख झालेली होती, धनंजय सर आणि विनायक हे आमच्या शेजारच्या सीड लॅब मध्येच काम करायचे. तिथे आमचे सूक्ष्मजीव ठेवलेले असायचे. त्यामुळे आम्हाला सुरुवात करताना तिथून ते अलगद आणावे लागत असत. त्यासाठी लागणारे सर्व प्रशिक्षण आम्हाला देण्यात आले होते. आमचा मोठा प्रोडक्शन विभाग आणि त्यातील ते ९० हजार लिटर्स चे अवाढव्य फेरमेंटर्स पाहायला खूपच छान वाटायचे. त्याचबरोबर एवढ्या मोठ्या फेरमेंटर्स टँक्स ची जबाबदारी घेणारे आमचे सहकारी मित्र मंडळी आणि त्यांची होणारी धावपळ पाहून वाटत असे किती मेहनत घेतात हे लोक.

रात्रपाळीत काम करत असताना माझी गिरीश dhamat , महादेव थोरात, महेश जोशी , भरत , रुपेश, पांडुरंग पाटील, आणि इतरही

बरीच ADL , PDL , QC लॅबोरेटरी मधील लोकांशी ओळख झालेली होती.

आमच्या या लुपिन मध्ये संपूर्ण भारतातून आलेले लोक होते. यातील काही लोक हे आमच्या फ्लॅट वर रात्र पाळी संपल्यावर येत असत . मी स्टोव्ह नेला होता. त्यावर मी पोहे बनवत असे आणि हि सगळी मंडळी येतं दुधाच्या पिशव्या घेऊन येत आणि पोहे खाऊन काही आपापल्या रूमवर जात तर काहीजण तिथेच झोपी जात. संध्याकाळ झाली कि कुठेतरी नाश्ता नाहीतर जेवण करून परत रात्रपाळीत काम सुरु.

या ठिकाणी काम करत असताना जाणवले कि या ठिकाणी जेवणाची खूप गैरसतोय होतेय. काही मुले त्यांना जमेल तास बनवून खात होती तर काही नेहमी जवळपास असणाऱ्या मेस वर अवलंबून असत. कंपनीमध्ये या बद्दल बोलल्यावर कंपनी ने एका घरामध्ये जेवणाची मेस ची सोया केली होती आचारी नेपाळी होते. ते नॉर्थ इंडियन डिश बनवायचे. काही ठिकाणी सकाळी पराठा मिळायचा.

आमचे डिपार्टमेंट चे एम. गणेश सर सकाळी सकाळी खूपच टेन्शन मध्ये असायचे त्यांना सगळ्या फेरमेंटेशन बॅचेस चे रिपोर्ट्स हवे असायचे . आमची खूप तारांबळ उडायची. पण गणेश सर इतर वेळी खूपच काळजी घायचे. त्यांनी मला माझ्या ताईच्या घरी जाताना मदत केली होती. माझ्या ताईचा अपघात झाल्याचे मला त्यावेळी कळले होते. त्यानंतर हि त्यांनी मला खूपदा समजून घेतले होते.

आमच्या या विभागात काम करत असताना खूपच गोष्टींची काळजी घ्यावी लागत असे. त्यात मी अनेकदा काही गोष्टी पूर्ण करत नसे तर संतोष सर आणि रणजित सर समजावून पण सांगत असत आणि रागावत पण असत.

कधी कधी मी आमच्या मीनल मॅडम आणि गीतांजली मॅडम चे नवे सांगायचो. किती वेडेपणा करत होतो मी त्यावेळी. चुकी माझी पण बिनधास्त या दोघींची नवे घ्यायचो. आणि त्या हि मला पाठी शी घालायच्या. कित्येकदा तरी संतोष सर आणि रणजित सर यांना म्हणायच्या कि काय रे तुम्ही दोघे त्या शरद च्या पाठी लागत? पण खरे सांगू रणजित सर आणि संतोष सर हे कधीच मुद्दामहून माझ्यावर रागावले नाहीत उलट खूपच गोष्टी मला समजावून सांगत. या कामाचे किती महत्व आहे आणि ते ठरवून दिलेल्या वेळेतच कसे पूर्ण करायचे

असते या बाबत नेहमी मला शिकवत असत. तरी देखील माझी कामे पूर्ण होत नसत. राजेश ला या गोष्टींचे फार वाईट वाटायचे. तो मला म्हणायचा शरद असा का करतोयस? तुला हे लोक असे बोलताना पाहून खूप त्रास होतो. तू काम का करत नाही?

पण मी खूप प्रयत्न करायचो कि काम वेळे पूर्ण कसे होईल यासाठी, पण रोज काही ना काही तरी राहायचेच. राजेश म्हणायचा कॉलेज मध्ये तर तू सगळी प्रॅक्टिकल्स एकटाच करायचास मग इथे का तू करत नाहीस?

या सगळ्या गोंधळात एक वर्ष निघून गेले होते. हळू हळू मी सर्व कामात पारंगत होत होतो. shake flasks experiments ते लॅब फेरमेंटर्स बॅचेस सर्व काही शिकून झाले होते. काही नवीन लोक जॉईन झाले होते. एम. गणेश सर दुसरीकडे काम करत होते तर आमच्या कडे मॅनेजर म्हणून एक मॅडम आल्या होत्या. एक वर्ष पूर्ण झाल्यावर कंपनी ने आम्हाला सगळ्यांना एका मीटिंग मध्ये बोलवून अभिप्राय देण्यास सांगितले होते. त्यामध्ये बोलत असताना मी आम्हा सगळ्यांना येण्या जाण्याकरिता बस ची सोय करता येईल का या बद्दल मत मांडले होते. कारण नवीन जॉईन होणाऱ्या लोकांची खूपच गैरसोय होत असे.

अशातच गीतांजली मॅडम , रणजित सर कंपनी सोडून दुसरीकडे गेले होते. मीनल मॅडम पण जाणार होत्या असे कळले. नवीन आलेल्या लोकांच्यापैकी एक जण पुढील शिक्षणासाठी गेली होती. नवीन टीम मध्ये अमित जी, गिरीश जी, सत्येंद्रजी, प्रीती मॅडम, अनुजा मॅडम असे लोक होते.

या ठिकाणी काम करत असताना सुट्टी घेणे खूप अवघड वाटायचे. आणि घरी येणे जाणे करणे फार लांब वाटायचे. तरीही दर महिन्याला मी पोस्ट खात्या मार्फत घरी पैसे पाठवायचो. त्यातून काही हप्ते मी बँकेचे कर्ज फेडले होते. नोव्हेंबर २००८ मध्ये मी मुंबई मध्ये काम शोधण्याचा प्रयत्न केला. फक्त थोडे जवळ यावे म्हणून. त्याप्रमाणे मला डिसेंबर पर्यंत एका ठिकाणी नोकरी मिळाल्याचे कन्फर्म झाले. जानेवारी २००९ च्या ६ तारखेला मी रेसिग्नशन दिले आणि १० जानेवारी २००९ ला मी गावी आलो. येताना आमच्या मंगेश पाडगांवकर सरांनी मला म्हटले होते कुठे चाललास? डॉ वोरा यांच्याकडे? मी हो म्हटले होते.

अशा प्रकारे माझ्या आयुष्यातील माझ्या करियर ची सुरुवात बोईसर या ठाणे जिल्ह्यातील लुपिन या कंपनीमध्ये होऊन मी पुढील वाटचालीकरता मुंबई चा रस्ता धरला होता.

माझी पहिली नोकरी

जसे कि मी माझ्या मागील लेखात लिहिले होते कि, एम.एस्सी. नंतर नोकरी शोधात शोधात मी लुपिन या बायोफार्मास्युटिकल कंपनी मध्ये रिसर्च अँड डेव्हलपमेन्ट सूक्ष्मजीवशास्त्र या विभागात नोकरीस लागलो होतो. त्यावेळी त्या ठिकाणी खाण्यापिण्याचे खूपच हाल होते. काम खूप होते आणि विशेष म्हणजे शिकण्यासारखे खूपच काही होते.

या ठिकाणी नोकरीस लागल्यावर साधारणपणे दिड -दोन महिने झाले असतील. मी माझ्या दुसऱ्या पगारातून नोकिया कंपनीचा एक मोबाईल फोन खरेदी केला होता. तोपर्यंत टेलेफोन बूथ वरून घरी कॉल करायचो. या नवीन फोन मध्ये रेडिओ होता आणि त्यावर एकूण १० एफ. एम. केंद्रे लागायचीत. त्यावर रात्रं दिवस गाणी चालू असायची. हा प्रकार मला नवीन होता. गावी लहान असल्यापासून एकच आकाशवाणी सांगली केंद्र आणि ते हि ठराविक वेळेतच प्रसारण व्हायचे, त्याची सवय होती पण या मुंबई जवळच्या शहरात एक नव्हे तर तब्बल १० रेडिओ केंद्रे लागायचीत. असो, कामावर जात येता , बाजारातून सामान घेऊन येत जाता नेहमी या फोनवरील गाणी ऐकायला मज्जा यायची. हा पण फक्त एकाच कानात हेडफोन असायचा. दुसऱ्या कानातून सभोवताली घडणाऱ्या गोष्टींच्यावर चांगले लक्ष होते. त्यावेळी एअर टेल या कंपनीची काहीतरी ऑफर चालू होती त्यातून एकाच वेळी १० लोकांना कॉल लावून बोलता यायचे. अशावेळी कधी तरी आम्ही सर्व २४ मुले मुली एकमेकांना कॉल करून बोलत असायचो. कुणाचे काय चालू आहे. कोण कुठे नोकरी करतोय. अशा चर्चा असायच्या. खर तर खूपच गोंधळ व्हायचा. कोण कुणाशी बोलतय हेच कधी कधी कळत नसे. असो , तरी देखील मज्जा वाटायची.

अशातच एके दिवशी कळले कि आमची आज्जी म्हणजे आमच्या आई ची आई आसुर्ले ची आम्हाला सोडून गेली. मग मी आमच्या ऑफिस मध्ये सांगून गावी गेलो. काही दिवसांनी परत आल्यावर कोणी तरी बोलले कि मग कसा काय झाला इंटरव्युव्ह? अरेच्या असं कस काय बोलतात हे लोक? आमची आज्जी वारली म्हणून मी गावी

गेलो होतो पण इथे लोक वेगळीच चर्चा करतात. मनाला फार वाईट वाटले. असेच दिवस जात होते. कामाचा व्याप वाढत होता. त्याचबरोबर बाकीच्या सर्व डिपार्टमेंट मध्ये काम करणाऱ्या सहकाऱ्यांची देखील ओळख वाढत होती. प्रोडक्शन त्याचबरोबर इतर विभागातील कपिलकुमार शिंदे, वैभव डांगरे, सुदर्शन ढोले , दीपक झेंडे, अतुल काटकर,धनंजय टिळेकर, पराग जगदेव , श्रीमंत सांगळे, राहुल शिखरे, योगेश मुले, जयंत टोंगळे, अमोल, महेश बोरकर, महेश जोशी, पांडुरंग पाटील, गिरीश धमात, महादेव थोरात, रवींद्र नलगे, अतुल पेरलेकर, रवी कलगुटकर नितीन पाटील, नितेश कडू,भरत ,चेतन महामाणे, आमचे रूम पार्टनर, पंडित जी, आणखी बरेच काही... सर्व जण जे आमच्या बरोबर नाईट ड्युटी ला असत आणि चहा नाश्ता, रात्रीचे जेवण, पहाटेचा चहा च्या वेळी कॅन्टीन तसेच फेरमेंटेशन डिपार्टमेंट च्या मागील बाजूला असणाऱ्या चहाच्या ठिकाणी भेटणारे खूपच ओळखीअनोळखी चेहरे आणि त्यांची हळू हळू होत गेलेली ओळख.

या सर्व लोकांच्या बरोबर काम करत करत एक वर्ष केंव्हा संपले कळलेच नाही. खूप काही गोष्टी शिकण्यास मिळाल्या. पण खोलवर माहिती काही कळत नव्हती. त्यामुळे नेमके काय करतोय हे कळत नव्हते. एखादी गोष्ट पूर्ण पने समजून घेतली कि काम करायला मजा यायची. अशातच राजेश आणि मी दोन वेगवेगळ्या रूमवर इतर लोकांच्या बरोबर राहायला गेलो होतो. त्यामुळे जेवणाच्या वेळेत आणि ड्युटीवर तेवढी भेट व्हायची. अशातच मला माझ्या एका फ्रेन्च मित्राचा ई-मेल आला खूप वर्षांनी. त्याला मी लेटर ने उत्तर पाठवायचो. पण आता त्याने ई-मेल वापरायला सुरुवात केली होती.

अशातच एके दिवशी माझ्या ई-मेल वर एक UK वरून ई-मेल आला होता. कि माझे एका कंपनीत सिलेक्शण झाले आहे म्हणून. मी तो प्रकार संतोष सरांना पण सांगितलं होता. त्यांनी म्हटले अरे असे काही नसते. तो नकली ई-मेल असू शकतो. मला काही दिवसांनी ती गोष्ट पटली होती. पण मनात यायचे आपण पुढे शिकायला पाहिजे. त्यामुळे मी माझ्या परीने प्रयत्न चालू ठेवले होते. पण कामामुळे त्यासाठी फार वेळ देता येत नसे. सुरुवात म्हणून मी पासपोर्ट काढायचा ठरवला . त्यासाठी ठाण्याच्या पासपोर्ट ऑफिस ला ३-४ वेळा चकरा झाल्या. पण नेमके पोलीस चौकशी च्या वेळी मी

कामावर असल्यामुळे पोलिसांनी घरी भेटलं नाही असा शेरा मारून फाईल परत पाठवली होती.

हं, तर असं व्हायचं कि आमच्या सुटीच्या वेळेत कुठेही जवळपास बाहेर जात यायचे नाही. एवढेच काय तर सगळे सण आणि सार्वजनिक सुट्या देखील पगारी ओव्हरटाईम म्हणून साजरा केला जायचा. म्हणजे एखादी राष्ट्रीय सुट्टी देखील आम्हाला ओव्हरटाईम पगार म्हणून काम करत साजरी करावी लागत असे. आमचे काम हे २४ तास चालणारे होते. कधी कधी वाटायचे इतर लोकांच्या सारखे दररोज सकाळी ९ ते ५ असे का बरे आपले काम नसावे? तशी नोकरी एखादी करता येईल का? कि आपल्या या क्षेत्रात अशाच प्रकारचे काम असणार?

काही कळत नव्हते.

या ठिकाणी मी एक गोष्ट पहिली होती कि सगळी नवीन शिक्षण आलेली मुले या ठिकाणी फ्रेशर म्हणून रुजू व्हायची. त्यांचा पगार हा इतर पर्मनंट लोकांच्या पेक्षा कमी असायचा. पण हे नवीन लोक खूप काम करायचे. पहिल्या काही ३-६ महिन्यानंतर त्यांना ओव्हरटाईम पगार मिळायचा. अशातच बहुतेक मुले कंटाळून हि नोकरी सोडून जायचे. हा पण नवीन गोष्टी शिकायला मिळत होत्या ज्या आम्ही आमच्या शैक्षणिक जीवनात कधीही पहिल्या नव्हत्या. आपल्या ज्ञानाचा असा व्यावसायिक स्तरावर कसा उपयोग होऊ शकतो, आपण कसे पद्धतशीरपणे काम करायला हवे? कामाला काय शिस्त असावी लागते? काम किती काळजीपूर्वक करायचे असते? नवीन शिस्तबद्धरीत्या काम कसे केले जाते? कामाचे विभाजन कसे केले जाते? अनेक गुंतागुंतीची कामे देखील एका विशिष्ट पद्धतीने केल्यास दिलेल्या वेळेत कशी काय पूर्ण होतात? ठरवून दिलेल्या वेळेत काही परिपूर्तता करण्यासाठी किंवा करून घेण्यासाठी काय उपाययोजना आणि प्रशिक्षण घेतली किंवा दिली जातात याची उत्तम कार्यशाळा म्हणजे आमची हि लुपिन कंपनी. अशा रीतीने एक नवीन कुशल कामगार म्हणून मी घडत होतो. पण त्याचबरोबर, घरापासून दूर, स्वतः साठी थोडा वेळ, आपण ज्या समाजातून आलो त्या लोकांसाठी वेळ या गोष्टी कुठेतरी कमी पडत होत्या.

त्यातूनही कधी तरी वेळ मिळाला कि मी सरळ मुंबई गाठायचो. खरे तर मी खूप खुश झालो होतो कि मला मुंबई ला नोकरी लागली म्हणून. पण खरं सांगायचे तर बोईसर हे शहर मुंबई पासून जवळ जवळ ९० किमी दूर आहे. जिथे मुंबई चे शेवटचे टोक म्हणजे विरार स्टेशन पासून रेल्वेने जायला १ तास लागायचा. त्यामुळे मुंबई ला जाऊन परत याय चे म्हणजे अक्खा दिवस जायचा.

अशा या धकाधकीत माझ्या पासपोर्ट साठी मला वेळ मिळणे अवघड होते. म्हणून मी तो प्रयत्न अर्ध्या वर सोडून दिला होता. पुढे माझं किडणी स्टोन चे ऑपरेशन झाले फेब्रुवारी २००८ मध्ये, त्यासाठी आलेला खर्च आम्ही केला कोल्हापूर मध्ये पण सगळ्या बिलांच्या पावत्या सांभाळून ठेवल्या आणि आमच्या कंपनीच्या हेल्थ पोलिसी साठी जमा केल्यावर मला ९०% खर्च परत मिळाला होता.

ज्यावेळी मी या आजारातून बरा होऊन परत कंपनीत रुजू झालो त्यावेळी कोणीतरी नवीन लोक जॉईन झाल्याचे कळले. हळू हळू आमची ओळख झाली आणि आम्ही खूप विषयावर चर्चा करू लागलो. त्यातून बाहेर कसे जायचे ? त्यासाठी काय काय करावे लागते याची माहिती मिळाली. पण खर्च फार होता. त्यामुळे तात्पुरता तो विषय मी बाजूला ठेवला आणि पुन्हा कामाकडे लक्ष देऊ लागलो. . हळू हळू वरिष्ठ लोकांची अदला बदली होऊ लागली होती. २-३ लोक सोडून गेले होते. त्यामुळे मी हि हळू हळू दुसऱ्या ठिकाणी शोध घेऊ लागलो होतो.

नोव्हेंबर २००८ मध्ये २-३ वेळा फोनवर चर्चा झाल्यावर एकदा प्रत्यक्षात भेट देऊन प्रॅक्टिकल करून दाखवल्यावर माझी निवड हि मुंबई मध्ये मरोळ नाक्याशेजारी असणाऱ्या झायटेक्स बायोटेक या छोट्याशा कंपनीत झाली होती. त्याप्रमाणे मी ६ जानेवारी २००९ ला राजीनामा देऊन १० जानेवारी ला घरी निघालो. जाताना HR डिपार्टमेंट च्या सगळ्या लोकांशी छान गप्पा झाल्या होत्या. आमच्या बिना मॅडम म्हणाल्या होत्या कि अरे आप इतनी जल्दी कैसे जा राहे हो? मैने तो आपको जॉइनिंग लेटर दिया था. और इतनी जल्दी ये

कंपनी छोड के जा रहे हो? मी म्हटले होते, हा मॅम मुझे अब मुंबई सिटी में नोकरीं मिली हैं और वहा से गाव जाना आसान है.

माझे झायटेक्स मधील दिवस

तशी हि माझी दुसरी नोकरीची कंपनी पण मुंबई सिटी मधील पहिलीच. लुपिन या कंपनीतून निघाल्यानंतर खूप दिवसांनी गावी राहायला मिळाले होते. पण आज्जी (आमच्या पप्पांची आई) खूपच आजारी होती. त्यामुळे हि सुट्टी खूपच कमी वाटली होती. आज्जीची देखभाल करत असताना वाटत होते कि नको लगेच मुंबई ला जायला. पण घरच्या सगळ्यांनी समजावून जायला सांगितले. मी मुंबई ला ताई कडे उतरलो तिथून अमोल माझा भाचा याला बरोबर घेऊन मी आमच्या समाजातील सुनंदा आत्यांच्या फ्लॅटवर चांदिवली ला राहायला गेलो. खरे तर मुंबई शहरामध्ये या भागात मी पहिल्यांदाच आलो होतो , पण माझा भाचा या भागात वाढला असल्याने त्याला या ठिकाणाची माहिती होती. मी कामावर रुजू होणार होतो २ फेब्रुवारी ला पण १ तारखेलाच मला फोने ला कि आज्जी आम्हाला सोडून गेली. मला खूपच गहिवरून आले. काही कळत नव्हते. पण घरचे म्हणाले उद्या कामावर रुजू हो आणि मग मॅनेजर ना सांगून घरी ये.

मी कामावर हजर झालो. कामावरील लोकांशी ओळख झाली. २-३ दिवसानंतर मला राहवले नाही आणि मी आमच्या बॉयलर च्या रूममध्ये टिपे गालात होतो. त्याचवेळी आमचा महेश लॅब असिस्टंट आला आणि त्याने मला पहिले. आणि विचारले काय झाले? मी त्याला सांगितले आणि त्याने आमच्या मॅनेजर वैशाली मॅडम ना सांगितले. नितीन सर , अनुराधा मॅडम या सर्वांनी मला सावरले आणि म्हटले ठीक आहे गावी जाऊन ये. हा पहिलाच अनुभव माझ्यासाठी फार वेगळा आणि अतिशय पाठिंबा देणारा वाटला. मी आमच्या एम. डी , सरांशी बोलून राजा घेऊन घरी आलो. खरे तर या वेळी आमची खूपच अडचण झाली होती कि माझ्याजवळ पैसे नव्हते. आणि आमच्या आत्यांच्याकडे पण नव्हते मग मी आत्या , नानी (आत्यांची आई), आणि राहुल (तात्यांचा मुलगा), त्याच वसाहतीमध्ये आत्याच्या नातेवाईकांपैकी एका ओळखीच्या नातेवाइकांच्याकडे उधार पैसे आणायला गेलो होतो. त्याच रात्री पहाटे आम्ही गावी जाण्यास निघालो. दुसऱ्या दिवशी गावी पोहचलो. आईच्या (आमची सविता आई आणि

आमच्या थोरल्या आई)) कुशीत शिरून खूप रडलो. पप्पा, बापू आबा घरातील सर्वजण मिळून आक्रोश केल्यावर थोड्या वेळाने शांत झालो. आज्जीचे क्रियाकर्म करून आज्जीच्या आठवणींना उजाळा देत मी परत कामावर हजर झालो. दिलेले काम मी काळजीपूर्वक व मन लावून करत होतो. पण आमच्याकडे एक साफसफाई करणारा तरुण मुलगा होता तो नेहमी म्हणायचा कि ये शरद तू हे काय काम करतोस? मी म्हणायचो अरे जे मला सांगितले गेले आहे तेच. पण मग तुला सगळे तू लवकर जातोस असं का म्हणतात? मी म्हणायचो अरे मी माझ्या ठरवून दिलेल्या वेळेत कामावर येतो आणि काम झाल्यावर जातो. मग बाकीचे लोक कसे काय थांबतात? मी म्हणायचो कदाचित ते लोक वेळेने येतात म्हणून थांबत असतील. अशा खूप काही गोष्टी आमच्यात व्हायच्या. कधी कधी मला वाटायचे तो मुलगा मला त्याच्याएवढाच समझत असावा. पण मी त्याकडे दुर्लक्ष करायचो आणि त्याचंही गप्पा मारायचो. कधी कधी तो मी काहीतरी महत्वाचे काम करत असेन किंवा एखादा एंझाइम चा एस्से करत असेल तर मधेच खूप गोष्टी विचारायचा, अशावेळी मी महेश कडे पाहायचो तो त्याला दूर न्यायचा.

असे करता करता दिवस जात होते. २-३ महिने झाले असतील, आत्या आणि नानींना काय वाटले कुणास ठाऊक पण एके दिवशी त्या म्हणाल्या शरद तू असा कितीला पण कामावर जातो रात्री अपरात्री येतो, हे काही बर नाही. मी त्यांना म्हणायचो आत्या आणि नाणी अहो माझं कामाचं असे आहे. आमच्या इथे फेरमेंटेशन चालते ते कधीही रात्री अपरात्री चालू बंद होत असते. त्यामुळे होतो मला वेळ. आमचे काम म्हणजे असे ठराविक ९-५ ड्युटी चे नाही आहे हो. पण त्या म्हणाल्या अरे बाबा हो मुंबई आहे. इथे थोडे सांभाळून राहावे लागते. तुला काही झाले तर आबा आम्हाला काही तरी बोलतील. मला हि त्यांचे म्हणणे पटले आणि मी त्यानंतर स्वतःची कंपनी जवळ राहण्याची काही सोया होते कि नाही ते पाहू लागलो.

या ठिकाणी मला खूप वाईट अनुभव आला. रस्त्यावरील जाहिरात पाहून मी रूम च्या चौकशी साठी फोने केला तर एका एजन्ट ने मला माहिती दिली. त्याने मला ३-३-३ चे गणित सांगितले. म्हणजे ३०००

भाडे, ३००० डिपॉझिट , आणि ३००० कमिशन . मी इतर ठिकाणी चौकशी केली तर सगळीकडेच अशी हि कमिशन ची अवस्था. मग मी त्याला हो म्हटले तर त्याने एका गच्चीवर छोट्याश्या रूममध्ये जागा दाखवली. शेर-ए-पंजाब एरिया होता तो अंधेरी पूर्व भागात. कसे तरी मी त्याला ५००० दिले आणि रूम पक्की केली. उरलेले नंतर पगार झाल्यावर देतो म्हणालो. २-३ आठवडे चॅन गेले. मग ४थ्या आठवड्यात मला नाईट ड्युटी होती. मी कामावरून सकाळी परत आलो तर माझी रूम ओपन होती. त्यामधेय तोच एजन्ट आणि ३-४ मुले आणि मुली होत्या. मी हळूच माझी बॅग आणि थोडेसे सामान उचलले आणि डायरेक्ट ऑफिसवर परत आलो. आल्यावर महेश ने विचारले काय रे काय झाले? मी झालेली गोष्ट सांगितली. त्याने म्हटलं ठीक आहे मीच तुला रूम शोधून देतो. त्या एजन्ट चा नंबर ब्लॉक कर. त्या दिवशी मी कसा तरी दिवस ऑफिस मध्ये काढला. संध्याकाळी महेश बरोबर चालत साकीनाका पाईप लाईन ला खोली पहिली आणि शिफ्ट झालो.

इथे ७-८ महिने राहिलो असेन . अशावेळी आमच्या अजित चे लग्न झाले होते. त्या ठिकाणी असताना, माझा मावस भाऊ काम शोधण्यासाठी मुंबई ला आला होता. मी कधी घरी कधी बाहेर जेवण करत असे. याच ठिकाणी राहत असताना, हर्षद आणि महेश आमच्याच कंपनीत मुलाखतीला येऊन गेले होते. हर्षद आमच्या गुजराथच्या प्लांटमध्ये कामाला लागला होता.

काही दिवसांनी मी याच पत्त्यावर पासपोर्ट काढून घेतला. खूप विनवणी करावी लागली होती माझ्या रूम मालकाला. त्यावेळी पोलीस मोरे साहेब यांनी खूप छान मदत केली. पण नंतर याच ठिकाणी माझ्या रूमवर चोरी झाली आणि सगळे सामान चोरीला गेले. त्यानंतर मी ती रूम सोडायचा विचार केला. त्याचवेळी लुपिन मधून महादेव थोरात इथे मुंबई येणार होता. त्यामुळे त्याने आणि मी मिळून एक रूम शोधली आणि तिकडे शिफ्ट झालो.

७-८ महिने झाले असतील, आमच्या इथे पराग सौदागर सर मॅनेजर म्हणून आले. त्यांनी म्हटले कि मला सगळ्या टीम चे काम पाहायचे आहे. त्यांनी माझ्याशी खूप चर्चा केल्यावर माझ्या हातात

फरमेंटेशन आणि सूक्ष्मजीव सांभाळण्याची जबाबदारी दिली. हळू हळू आम्ही खूप प्रोजेक्टसवर काम केले. मी तर आमच्या अडेल कंपनीच्या फरमेंटर चे पार्टस पण बदलून त्याला आमच्या प्रयोगानुरूप योग्य करून घेतले. सगळाच काही आमच्या लुपिन च्या संतोष सर आणि रणजित सर आणि टीम मेंबर्स च्या शिकवणुकीचा परिणाम होता. मी नाईट शिफ्ट ला असेल तर फेरमेंटेशन व्यवस्थित पाहत होतो. त्याची योग्य वेळी टेस्टिंग पण करत होतो. आम्ही जवळ जवळ ७-८ वेगवेगळ्या प्रकारचे प्रॉडक्ट्स वर काम केले होते. त्या वेगवेगळ्या प्रॉडक्ट्स चे उपयोगाप्रमाणे तयार झालेल्या फेरमेंटेशन ब्रॉथ चे पुढील वेगवेगळ्या प्रकारच्या इतर कंपनीच्या मागणीप्रमाणे आम्ही फॉर्मुलेशन करत होतो. अशावेळी, फिल्टर स्टरीलायझेशन , कॉलम क्रोमॅटोग्राफी द्वारे त्याचे विलगीकरण , तयार होणाऱ्या मालाची शुद्धता, एच. पी. एल. सी. द्वारे सत्यता तपासून पाहणे, यु. व्ही. वीज. स्पेक्ट्रोफोटोमीटर द्वारे तपासणी करूनही पाहायचो. या ठिकाणी काम करत असताना आमच्या कंपनीच्या ग्राहक कंपनी फ्रान्स मध्ये असणारी त्यांच्या मार्गदर्शनाखाली काम करण्याची देखील संधी मिळाली होती. मी पराग सरांच्या मार्गदर्शनाखाली काम करून आमचे प्रॉडक्ट ग्राहकाच्या पसंतीस उतरण्यास हातभार लावला होता.

असेच दिवस जात होते आणि अशा वेळी मला अचानक माझ्या एका मित्राचा फोन कॉल आला, आणि मी १० वर्षांपूर्वीच्या आठवणीत रमलो. माझा मित्र सुहास लोहार चा फोन कॉल होता तो. तो म्हणाला ,"अरे कोल्हापूरमध्ये अचानक महानंद दादांची भेट झाली आणि तुझा नंबर मिळाला. मी हि इथे मुंबईतच आहे, ये भेटायला". अशा रीतीने तब्बल १० वर्षांनी मी सुहासला भेटायला जुईनगरला गेलो. स्टेशनवर उतरल्यावर त्याने मला बाहेर यायला सांगितले. जसा बाहेर गेलो तसा तो धावतच आला. आम्ही भेटलो आणि बोलता बोलता म्हणाला अरे अजून जसा होतास तसाच आहेस. मी हो म्हणालो, पण तू थोडा वेगळा दिसत आहेस. बरोबरच एका मुलीकडे बोट दाखवून म्हणाला अरे हिला ओळखलेस का? क्षणभर विचार करून म्हणालो, अरे!! हि तर आपली छोटी , बरोबर ना? हो, सुहास बरोबर आमची लाडकी छोटी बहीण जयु आली होती. मी म्हटले अरे हि इकडे कशी काय? दोघे म्हणाले, "अरे चल घरी अगोदर सगळे सांगतो". मी सुहास, जयु आणि आमची मोठी शिल्पा ताई आम्ही सगळे एकत्र अभ्यास केला होता, कोल्हापूरला राजाराम कॉलेज मध्ये ११ वि १२ वि ला असताना

एकत्र खेळलो होतो. आईंनी बनवलेले जेवण एकत्र बसून खाल्ले होते. सगळे सगळे आठवत होते. तिथून पुढे अनेकदा सुहास कडे येणे जाणे झाले. सुहास सध्या बी. ए. आर . सी. मध्ये सेंट्रल गव्हर्नमेंट च्या पोस्टवर काम करत होता तर जयुदेखील, सध्या मुंबई महानगरपालिकेच्या आरोग्य विभागात काम करत होती. मी म्हणालो अरे दोघेही गव्हर्नमेंट जॉब मध्ये कसा काय नंबर लागला? ते म्हणाले सांगतो हळू हळू. मग आमच्या इकडच्या तिकडच्या गप्पा झाल्या. बोलता बोलता कळले कि आई २००६ मध्येच या सर्वांना पोरके करून गेल्या. वाईट वाटले. मग सुहास म्हणाला बार ते जाऊ दे, सध्या काय करतोस? मी म्हणालो अरे एम. एस्सी. सूक्ष्मजीवशास्त्र मध्ये करून २००७ ला लुपिन कंपनीत कामाला आलो. आणि सध्या इथे मुंबईत झायटेक्स या कंपनीत आहे. ते म्हणले छान. जयूने सुद्धा बी. एस्सी. सूक्ष्मजीवशास्त्र केले आणि मग इथे मुंबईत नोकरीला लागली. सुहास आणि जयू म्हणाले मग तुला काय बाबा खूप पगार असेल. पण खरे तर त्या दोघांना माझ्यापेक्षाही थोडा जास्तच पगार होता. मग ते म्हणाले काय रे एवढा शिकून पगार एवढा कमी? मग मी म्हणालो काय करणार गव्हर्नमेंट नोकरी नाही ना? जयु म्हणाली,"अरे दादा तुला पण लागेल त्यात काय एवढे? जाहिरात निघाली कि अर्ज करून टाक" . मी हसलो म्हणालो एवढं सोप्प असत का ते? तर दोघेही म्हणाले अरे हो, करच तू अर्ज. अश्या रीतीने दोघांच्या हट्टामुळे मी माझी कागदपत्रे एका जाहिरातीनुसार कस्तुरबा रुग्णालयात जमा करून आलो. पुढे पुढे मी ते विसरून हि गेलो.

इकडे कंपनीत माझे काम खूप छान चालू होते. या कंपनीमध्ये मला, पीटर सर, नितीन सर, अनुराधा मॅडम, सिंथिया मॅडम, आशा मॅडम, वैशाली मॅडम, संजोय , प्रितमराजे भोसले, प्रजापती सर, असे अनेक सायंटिस्ट स्किलड माणसे ; तर शंकर , महेश आणि संतोष अशी मला लॅब मध्ये असिस्टंट करणारी मंडळी भेटली. मी आणि शंकर रात्री आमचे फेरमेंटेशन चे काम संपले कि एकत्र जेवण करायचो. सकाळी शंकर मला नाश्ता घेऊन यायचा. कधी कधी आम्हाला रात्री वेळ भेटला तर आम्ही माझ्या त्या विडिओ प्लेअर मशीन वर तेलुगू मूवी हिंदीत रूपांतर केलेले पाहायचो. शंकर मला स्टोरी समजावून सांगायचं काम करायचा. माझे जर रात्रभर काम चालू असेल तर तो हि रात्रभर माझ्यासोबत जागा राहायचा. सकाळी मी घरी जायचो तर शंकर पुन्हा ड्युटीवर हजर असायचा. आम्ही

शेजारील बिल्डिंग मध्ये रात्रभर चालू असलेली धावपळ पाहायचो. तो म्हणायचा ते लोक कॉल सेन्टर सारखे काहीतरी काम करतात त्यामुळे रात्रभर जागेच असतात. असो , त्याच्या पलीकडून इंटरनॅशनल विमातळावरून लँडिंग आणि टेक ऑफ होणारी विमाने पाहायला आम्हाला आवडायचे. मी अनेकदा त्या विमानांच्याकडे पाहत असताना नितीन सर, महेश म्हणायचे, काय कुठे भरारी घ्यायचा प्लॅन आहे का? मी म्हणायचो हो, खरेच एके दिवशी मला या विमानातून प्रवास करायचा आहे. ते हसायचे. म्हणायचे शरद साहेब खूपच पैसे लागतात बर का त्यासाठी.

या ठिकाणी रात्रपाळीत काम केल्यावर कधी कधी मी सकाळी घरी न जाता, बेस्ट बस मध्ये बसून १ दिवसाचा नवीन सुरु झालेला पास काढून बसून राहायचो. अशा रीतीने मी अंधेरी ते कुलाबापर्यंतचा सगळा भाग न भाग बसमधून प्रवास करत पिंजून काढला होता. अशा रीतीने मला मुंबई शहराची ओळख होत गेली. या वेळी मी माझ्या लुपिन मध्ये असणाऱ्या सहकाऱ्याच्या घरी देखील २-३ वेळा जाऊन आलो होतो. मी महादेव, प्रीतमराजे , संदीप पाटील, आणि उत्तर प्रदेश चे एकजण आम्ही एका रूम वर राहत होतो. आमचे रूम मालक खूपच चांगले लोक होते. लुपिन मध्ये आमच्या बरोबर असणारे रवींद्र हे सध्या मुंबई आय. आय. टी .मध्ये पी. एच. डी . साठी काम करत असल्याचे कळाले . मी आणि महादेव आम्ही दोघेही त्याला भेटायला गेलो होतो.

आमच्या वर्गातील प्रदीप सराटे देखील मुंबई आय.आय. टी . जवळच राहत होता. त्यामुळे त्याचं हि घरी अनेकदा येणे जाणे झाले. मी फक्त रविवारी ड्राइविंग च्या क्लास ला जात जात कार ड्रायविंग चे लायसेन्स काढून घेतले होते. पण हातात गाडी नव्हती त्यामुळे ते फक्त एक ओळखपत्र म्हणूनच वापरत होतो.

परदेशातील उच्च शिक्षणासाठी धडपड

माझे झायटेक्स मधील दिवस हळू हळू पुढे सरकत होते, अशातच वर्ल्ड एजुकेशन फेअर नावाची बरीच प्रदर्शनं बाहेरच्या देशात शिक्षणासाठीच्या संधींची ओळख करून देण्यासाठी दर वर्षी मुंबई च्या विविध भागात चालू असायची. त्या ठिकाणी मी वेळ मिळेल तेंव्हा भेट देऊ लागलो. तिथे येणाऱ्या परदेशातील विद्यापीठातील मार्गदर्शकांशी संवाद साधू लागलो आणि आपल्याला बाहेर जात येईल का याचा अंदाज घेऊ लागलो. असे करत करत २०१० च्या एप्रिल च्या एका शिबिरात मला नॉटिंगहॅम ट्रेंट युनिव्हर्सिटीच्या प्राध्यापकांनी एम.एस्सी. बाय रिसर्च साठी ऑफर दिली आणि शिष्यवृत्ती पण दिली. पण ती फक्त शैक्षणिक फी माफीसाठी होती. उरलेला राहण्याचा खर्च माझा मी करायचा होता.

झाले मी त्यासाठी प्रयत्न करू लागलो. पण सावकाश. इतक्यातच अचानकपणे, एका रात्री कामावर असताना मला आमच्या प्रशांत दादांचा कॉल आला कि आमचे मिलिंद दादा आम्हाला सोडून गेले. झाले मी पराग सरांना सांगितले आणि सरळ कामावरून रूम व नंतर मुंबई सेंट्रल गाठले. पण बस सकाळी ४:३० ची होती. गावी पोहचेपर्यंत संध्याकाळ झाली आणि माझी आणि आमच्या आप्पाची (मिलिंद दादांना आम्ही अप्पा म्हणत असु) शेवटची भेट चुकली. गावावरून परत आल्यावर मी पुन्हा कामात लक्ष्य घातले. त्याचवेळी मला माझ्या ई-मेल वर एक रिमायंडर आला तो हि डायरेक्ट यू . के. वरून नॉटिंगहॅम ट्रेंट युनिव्हर्सिटीकडून. मग मी पासपोर्ट साठी तयारी सुरु केली. म्हणजे पहिला पासपोर्ट तर होताच पण तरीही बाहेर जायचे तर आपल्या गावाचा पत्ता त्यावर असावा असे वाटले म्हणून परत अर्ज केला. पुण्याला जाऊन. पण तो रिजेक्ट झाला. कारण मी मुंबई ला राहत होतो. झाले मग मी पुन्हा मुंबईतल्या पत्यावर मला पासपोर्ट मिळावा म्हणून पुन्हा अर्ज केला. एव्हाना मला मुंबई च्या ऍन बेंझन्ट मार्गावरील पासपोर्ट ऑफिस ची चांगलीच वाट माहिती पडली होती. खूप फेऱ्या मारल्या. पण पासपोर्ट काही लवकर मिळेना. तोपर्यंत मग मी मुंबईतील एका फॉरेन एजुकेशन एजन्टच्या माहितीनुसार कागदपत्रे जुळवाजुळव करू लागलो. यात खूप वेळ जात होता. मग मी काय समजले कुणास ठाऊक पण नोकरी सोडून

देऊन मी जो बाहेर जाण्यासाठी त्यावेळी प्रयत्न केला ना तो खरंच एक मूर्खपणा होता असे त्यावेळी वाटायला लागले होते. त्याचे झाले असे कि , मला त्यावेळेची ऍडमिशन अट हि एकाच होती ती म्हणजे फक्त राहण्याचा खर्च बँक अकाउंट मध्ये दाखवणे. IELTS हि जी इंग्लिश ची परीक्षा असते ती देखील मला या विद्यापीठाकडून माफ करण्यात आली होती. त्यामुळे मी सर्व माझ्या ओळखीच्या व्यक्तींच्याकडून रेफेरेंस लेटर्स घेऊन ठेवली होती. त्यानंतर जेंव्हा मी फंडिंग साठी प्रयत्न करू लागलो त्यावेळी समजले कि या वर्षीच्या एजुकेशन साठी मागील वर्षीच डिसेंबर मध्ये अर्ज घेण्यात आले होते. त्यामुळे, मुंबईतील अनेक शैक्षणिक मदतीकरिताअसणारे मार्ग या वर्षी साठी बंद झाले होते. अशावेळी मी गावी जाऊन परत बँकेकडून काही मदत मिळते का ते पाहण्याकरिता गावी आलो. पुन्हा एकदा माझे आजोबा- आबा आणि मी युनियन बँक ऑफ इंडिया च्या पन्हाळा शाखेतील मॅनेजर ना भेटलो. तोपर्यंत मी माझे एम.एस्सी. करीत घेतलेले कर्ज परत फेड केली होती. त्यामुळे अशा होती कि या वेळी पण मदत मिळेल. पण रक्कम लाखांत होती. त्यामुळे जमीन आणि काहीतरी मोट्ठी गोष्ट गहाण म्हणून दाखवावी लागत होती. जी आमच्याजवळ नव्हती.

आता अशा वेळी मी बाहेर जाणार हि बातमी सगळीकडे पसरली होती. त्यामुळे अनेकजण पुढे येऊन आपापल्या परीने मदत करण्याचा प्रयत्न करत होते. आमचे प्राथमिक शाळेतील मुख्याध्यापक हावळ सरांनी, त्यांच्या मोठ्या मुलासोबत मला आमदार आवळे साहेबांना भेटण्यास इचलकरंजीला पाठवले. तिथे बोलणे झाल्यावर, त्यांनी मला थोड्या दिवसांनी मंत्रालयात जाऊन भेटूयात असे सांगितले.

ठरल्याप्रमाणे मी मुंबई गाठली. सकाळी अंधेरीला माझ्या मित्रांच्या रूम वर जाऊन फ्रेश होऊन तिथून मंत्रालयात गेलो. मला आजही आठवते कि आवळे साहेब आणि मी तिथे शिक्षण मंत्र्यांच्या ऑफिसमध्ये जाऊन सविस्तर चर्चा केली. ते म्हणाले एम.एस्सी. साठी नाही पण पी.एच. डी साठी सध्या शिष्यवृत्ती चालू आहे अर्ज करायला सांगा. झाले, मला तर नॉटिंगहॅम ट्रेंट युनिव्हर्सिटीच्या डॉ, कृष्णा यांनी एम.एस्सी, साठी ये असा सांगितले होते पण इथे तर फक्त पी.एच. डी साठी सोय होती.

अशाप्रकारे या सर्व गोष्टी झाल्यावर मी परत गावी आलो. मधल्या काळात गावातील शांत वातावरणाचा अनुभव घेतला, शेतात गेलो, कधी कधी शेळी देखील चरण्यास नेली. आमच्या म्हैशींना माळावर गावात चरण्यास देखील घेऊन गेलो. त्यावेळेस गावात काही लोक म्हणाले असतील चांगली नोकरी सोडून पोरगं गुराढोरांच्या मागे फिरायला लागलं कस व्हायचं? पण मी खूप आनंदात होतो. खूप वर्षांनी आमच्या निसर्गसंपन्न अशा सह्याद्रीच्या कुशीत वसलेल्या प्रसिद्ध पन्हाळा गडाच्या पायथ्याशी असणाऱ्या माझ्या मूळ गावात मला मनसोक्त वावरता येत होत. माळावर जनावर चारण्यासाठी फिरत असताना मी मात्र माझ्या सर्व शैक्षणिक वाटचालीचा आढावा घेत असायचो. त्या निरव शांततेतही मला खूप काही उत्साह माझ्या मनाला उभारी देत राहायचा आणि वाटायचे कि आपण नक्की च पुन्हा प्रयत्न करू आणि एके दिवशी पुढील शिक्षणासाठी उंच झेप घेऊ. पण त्या आधी मला पुन्हा एकदा माझ्या स्वतःच्या खर्चाकरिता आणि अभ्यासाकरिता नोकरी धरावी लागणार होती.

त्याप्रमाणे, मी आबांना म्हटले आबा मी पुन्हा नोकरीसाठी प्रयत्न करतो. अशाप्रकारे मी परत मुंबई गाठली आणि नोकरी शोधण्याचा प्रयत्न केला. पराग सरांना भेटलो आणि म्हटले कि सर मला पुन्हा जॉईन करत या येईल का? सर म्हणाले अरे तुझ्या पगारात २ नवीन मुले जॉईन झाली आहेत. आटा लगेच नको पण थोड्या दिवसांनी परत प्रयत्न कर. मग मी बोईसर ला लुपिन मध्ये हि जाऊन आलो. तिथेही काही काम झाले नाही. मग RPG लाईफ सायन्स साठी भरूच गुजरातला देखील जाऊन आलो. त्यानंतर बंगलोर ला प्रयत्न केला. पण काही काम मिळाले नाही.

अशा वेळी मुंबई मध्ये माझ्या बरोबर राहणाऱ्या मित्रांनी आणि सुहास ने खूप मदत केली. सगळे धीर देत होते मिळेल कुठेतरी जॉब प्रयत्न करत राहा. आम्ही आहोतच सोबतीला, पण मनात आले कि किती या लोकांना त्रास द्यायचा, म्हणून काही दिवसांनी परत गावी आलो.

सरकारी नोकरीसाठी फोन कॉल

आता मात्र मला खूप काळजी वाटायला लागली होती. नोव्हेंबर महिना उजाडला. गावी शेतामध्ये ज्वारीची वाळलेली थाट कापणी चालू होती. संध्याकाळचे ३:३० ते ४ ची वेळ असेल, माझा मोबाइलला एक कॉल येत होता. आई म्हणाली बघ तरी कुणाचा कॉल आहे तो. मग मी फोन कॉल उचलला , पलीकडून आवाज आला,"उद्या सकाळी ११ ते १२ वा दरम्यान एफ. साऊथ ला मेडिकल साठी हजर व्हा." मी म्हणालो, "मेडिकल? म्हणजे?". तिकडून ते साहेब बोलले कि, "अहो, तुम्ही मुंबई महानगरपालिकेत प्रयोगशाळा तंत्रज्ञ या पदासाठी अर्ज केला होता ना? , तर त्यामध्ये तूमंच यादीत नाव लागले आहे आणि तुम्हाला मेडिकल साठी एफ. साऊथ या ठिकाणी हजर राहायचे आहे. तुम्ही येणार कि नाही? " मी ," मी मी येतो पण हे एफ साऊथ कुठे आहें ? " "अहो दादर च्या जवळ परेल ला. " पलीकडून आवाज. मी म्हटले, "ठीक आहे मी येतो."

आई म्हणाली कुणाचा फोन होता? मी आई ला म्हणालो , "आई मला मुंबई ला नोकरी लागली आहे , महानगरपालिकेत ,आणि त्यांनी मला उद्या यायला सांगितलें आहे. " "खरं ?, बरं झालं बाबा. , चल लवकर घरी जाऊ". आम्ही दोघे चालत घरी आलो. संध्याकाळचे ५:३० झाले होते. आत्ता खूप मोठ्ठा प्रश्न होता कि जायला लागणारे पैसे कुठून आणायचे? माझ्याजवळील सगळे पैसे मी नोकरीच्या शोधात असताना संपले होते. घरी देखील एवढे पैसे नव्हते. आम्ही असा विचार करत असतानाच आमच्या शेजारच्या जयश्री काकी दळण घेऊन गिरणीत आल्या होत्या. त्यांनी आमचा गोंधळ ऐकला आणि म्हणाल्या," चल घरी बघू काय होतय का? ".मी त्यांच्याबरोबर गेलो. त्यांनी खूप शोध शोध करून कसेबसे ५०० रुपये माझ्या हातावर ठेवले आणि म्हटले. नीट सांभाळून जा. निघताना साखर दिली. मी त्यांना मनोमन धन्यवाद देत घरी आलो, आवरून जेवण करून शेवटच्या एस. टी . बस ने कोल्हापूरला आलो. तिथे नेहमी ये जा करण्यामुळे ट्रॅव्हल एजन्ट ओळखीचे झाले होते. त्यांना सांगून कमीत कमी तिकिटाचे पैसे देऊन मुंबई अंधेरी ईस्ट चे तिकीट घेतले.

सकाळी मुंबईत परत मित्रांच्या खोलीवर आलो. तिथून फ्रेश होऊन परेल गाठले. एफ. साऊथ चे ऑफिस शोधून काढले आणि बाहेर वाट बघत बसलो. त्यानंतर तिथे डोकमेंट्स पाहून काही कागदपत्रे चौकशी केली. पोलीस वेरिफिकेशन साठी फॉर्म घेतला. त्याचबरोबर त्यांनी मेडिकल साठी राजावाडी रुग्णालय घाटकोपर ला जाऊन यायला सांगितले. त्याप्रमाणे राजावाडी रुग्णालयात आलो, तिथे माझी आणि निलेश वैरागी ची पहिली भेट झाली. तिथे तपासणी साठी येणार खर्च माझ्याकडे नव्हता अशावेळी निलेश च्या काकांनी नंतर कामावर हजार झाल्यावर द्या म्हणून माझे पैसे भरले. तिथे झालेला किस्सा म्हणजे एक उमेदवार अजिबात फी भरायला तयार नव्हत्या. तर तिथले कर्मचारी म्हणाले झाले तर सगळ्याच लोकांचे एकत्र तपासणी करू नाहीतर पुन्हा परत या. अशावेळी एवढ्या लांबून आलेले आम्ही त्यांची खूप विनवणी केली पण त्या म्हणाल्या ,"नाही असे काही फी वगैरे काही मी भरणार नाही." एव्हढे दिवस खूप ठिकाणी नोकरीसाठी वणवण भटकलेला मी लगेच म्हणालो, "अहो ताई, अहो भरा कि ती तेवढी फी, इथे फिरून फिरून चप्पल झिजायची वेळ आलीय हो. " निलेश ला काय वाटले कुणास ठाऊक पण त्याने माझ्याकडे पाहून हसला. पुढे हा डायलॉग निलेश च्या आणि माझ्या कायम लक्षात राहिला.

तर अशाप्रकारे आम्ही मेडिकल साठी तपासण्या करून आलो. ऑफिस मध्ये सांगण्यात आले कि पगाराच्या मूळ रकमेएवढी अनामत रक्कम डिपॉझिट म्हणून जमा करावी लागेल. मी गावी परत आलो. आबांना काही विश्वास बसत नव्हता. सारखे म्हणत होते, खर तरी आहे ना हि नोकरी? आबांना म्हटले हो आबा. खरे तर मी या साठी अर्ज केला होता तो एक वर्षांपूर्वी ते हि माझा मित्र सुहास आणि आमची छोटी बहीण जयुच्या सांगण्यावरून , पण आत्ता एक वर्षांनी ती गोष्ट माझ्या संकट समयी कामी आली होती. त्यांच्यामुळेच तर मला हि सरकारी नोकरीची संधी मिळाली होती.

तर आता हि डिपॉझिट ची रक्कम कशी काय जमवायची हा एक मोठ्ठा प्रश्न होता, अशावेळी आम्ही पुन्हा आमच्या कोल्हापुरातील ओळखीच्या सोनारांच्याकडे गेलो आणि तिथून काही रक्कम आणली. अशाप्रकारे जुळवा जुळव करून मी परत मुंबई गाठली. परत पुन्हा एकदा आमच्या जुन्या रूम वर मित्रांच्या सोबत एकत्र राहायला लागलो. या वेळेत महादेव चे लग्न ठरले होते. त्यामुळे तो ठाण्याजवळ कुठेतरी रूम शोधत होता. तर प्रीतमराजे देखील कुठेतरी दुसऱ्या

कंपनीत जाणार होता. अशा प्रकारे एका नवीन कामाची आयुष्यात सुरुवात झाली होती. हि माझी ३ री नोकरी आणि सरकारी १ली नोकरी होती. आता सगळे म्हणत होते कि मन लावून काम कर आणि आता बाहेर जाण्याचा विचार सोडून टाक.

माझी सरकारी नोकरी

तर तुम्ही पहिले असेलच कि माझी कशी धावपळ झाली होती बाहेर पुढील शिक्षणासाठी जाण्याच्या नादात. तर मी एफ. साऊथला गेलो तो दिवस होता १५ नोव्हेंबर २०१०. त्या दिवशी सगळी कागदपत्रांची जुळवाजुळव करून माझी ऑर्डर मला मिळेपर्यंत दुपारचे २ ते २:३० वाजले असतील. माझी नेमणूक विले पार्ले पश्चिम मधील डॉ . रु.न. कूपर सर्वसाधारण रुग्णालयात झाली होती ती हि श्रीमती धनश्री प्रभू यांच्या कस्तुरबा रुग्णालयातील बदलीने रिक्त झालेल्या पदावर म्हणून. अशा आशयाचे नियुक्ती पत्र घेऊन मी त्याच दिवशी कूपर रुग्णालयात पोहचलो. तिथे माझी अवाक पत्रावर रजिस्टर मध्ये नोंद झाल्यावर मला खाली असलेल्या प्रयोगशाळेत पाठवण्यात आले. मी माझे पत्र घेऊन जसा प्रयोगशाळेत पोहचलो त्याचवेळी ते पत्र घेऊन एक मॅडम (आमच्या मधू मॅडम) अगदी ओरडतच ये धनश्री ची ट्रान्सफर आली रे म्हणत आतमध्ये गेल्या. आतमध्ये काय झाले कुणास ठाऊक? पण थोड्याच वेळात मला डॉ . यास्मिन मॅडम यांनी बोलावून घेतले आणि म्हटले कि आम्हाला तर ब्लड बँकेसाठी तंत्रज्ञ हवा. यांची अशी निवड चालणार नाही. मी एकतर एव्हढ्या सगळ्या गोष्टीतून इथवर आलेलो, हा काय प्रकार आहे ते कळतच नव्हते. पण बहुतेक आमच्या त्याच मॅडम (मधू मॅडम)आणि एक मॅडम नि मला मुख्य डॉ यांच्या ऑफिस मध्ये नेले. तिथे डॉ नगरकर होते ते म्हणाले अरे हा तर खूप चांगला उमेदवार आहे. आमच्या मॅडम (मधू मॅडम आणि चिटणीस मॅडम) दोघीही म्हणाल्या कि ब्लड बँक तंत्रज्ञ इथेच राहू दे जो पर्यंत दुसरा सेम मिळत नाही तोवर पण इतर रिक्त असलेल्या पदावर हा नवीन उमेदवार पण इथेच राहू दे.

अशा प्रकारे माझ्या नोकरीच्या ठिकाणी नियुक्तीचा वाद इथेच संपला होता.

दुसया दिवशी कसली तरी (बहुतेक ईद ची) सुट्टी होती. त्यामुळे मला सुट्टी नंतर सकाळी ८ ला यायला सांगितले. ठरल्याप्रमाणे मी ३ऱ्या दिवशी कामावर वेळेत पोहचलो. तिथे मला, अर्जुन पोतींडे , गजानन खोटे, शीतल जाधव , स्नेहा मयेकर , अपेक्षा लेले-वझे (अप्पू)

, मुग्धा वर्तक,-पाटील (मूग दी),अपर्णा चोरघे(अपना ताई) , रुपाली वारे (रूपाताई), धनश्री प्रभू (धन्नूताई), माला सुकाळे (दी), अनुजा केंकरे मॅडम , दीपा वाडेकर मॅडम , मधू हळणकर मॅडम , नीलम चिटणीस मॅडम , स्वाती कर्णिक मॅडम, सविता मॅडम, आरती मॅडम, भिडे सर, भगत सर, राजाराम, सुतार सर, खंबळ सर, गाडे काका, प्रभाकरजी, विजय सर , संतोष जी , अनेक मामा आणि मावशी लोकं भेटली . त्यानंतर जॉईन झालेले, महेश, गुलाब आणि प्रियांका अशी माझी समवयस्क , वयाने लहान पण कामावर लवकर जॉईन केलेने माझे वयस्कर, त्याचबरोबर आमच्या सगळ्या मॅडम आणि सर या लोकांनी कधी आपलेसे करून टाकले काही कळलेच नाही. जॉईन झाल्यावर मला सर्वप्रथम ब्लड कलेक्शन जमावे म्हणून वॉर्डमध्ये पाठवायचे सकाळी सकाळी. तिथे मी काही शिकाऊ लॅब टेकनिशियन विध्यार्थ्यांच्याकडून ब्लड कलेक्शन शिकलो. खूप प्रकारचे पेशन्ट्स असायचे . सर्व वयोगटातील. त्यामुळे माझा सराव चांगला झाला. पण येव्हढे पेशंट्स आणि त्याची ती अवस्था बघून वाईट हि वाटायचे. पुढे काही दिवस ब्लड कलेक्शन कसे करायचे हे जे मी शिकलो होतो त्याची सविस्तर माहिती देऊन देऊन मी माझ्या रुंमवरील मित्र आणि माझे इतर मित्रांचे कान खूप दुखवले . एकंदरीत काय तर माझा हा नवीन जॉब आणि त्याविषयी माझी असणारी धडपड आणि आवड माझ्या निकटवर्तीयांनी खूप छान रित्या अनुभवली होती. निलेश तर अर्जुन बरोबरच कुर्ल्याला राहत होता तिथे आम्हाला वाल्मिक खाडे हा आमचा मित्र भेटला. काही दिवसांनी आमच्या सेव्हन हिल्स हॉस्पिटलच्या पाठीमागे असणाऱ्या अरुणोदय को -ऑप .हौसिंग सोसायटी च्या ४ थ्या मजल्यावरील श्री पाटील यांची खोली नवीन रंगाने सजवण्यात येत असल्याचे दिसले. निलेश, अर्जुन आणि वाल्मिक इकडे येण्यास तयार झाल्यावर मी पुढाकार घेऊन आम्ही ती श्री पाटील यांची रूम नंबर ४०२. भाडेतत्वावर राहण्यास घेतली. थोड्या दिवसांनी संदीप हि आमच्यासोबत आला. पुढे विशाल वेदपाठकही आला. या ठिकाणी राहत असताना खूप काही गोष्टी घडायच्या. सगळ्यात महत्वाचे म्हणजे आमची जेवणाची पंचायत. तर आम्ही सगळे मिळून महिन्याचा बाजार आणि लागेल तसा भाजीपाला आणायचो. आम्ही स्वयंपाकासाठी मावशीही पाहून ठेवल्या होत्या. त्यांनी ऐनवेळी येण्यास नकार दिला कि आम्ही जवळच्या हॉटेल मध्ये जेवायला जायचो.

मी कामावर हळू हळू बायोकेमिस्ट्री , हिमॅटॉलॉजि , हिस्टोपॅथोलॉजि आणि मायक्रोबायॉलॉजि विभागातील कामे शिकून घेतली. रात्रपाळीत अत्यावश्यक सेवा म्हणून ब्लड बँक सहकाऱ्यांच्या बरोबर अत्यावश्यक प्रयोगशाळेतील काम हि पाहू लागलो. या ठिकाणी आम्हाला महाराष्ट्र गव्हर्नमेंट चा एम.एस.सी.आय. टी चा कोर्से हि करायचा होता. त्यामुळे मी कूपरजवळील एका शाळेतील सेन्टर वर प्रवेश घेतला. त्या ठिकाणी माझी ओळख हि संतोष सर, आणि क्लास मेट सर्व मुलं मुलींशी झाली. तिथे या लोकांना मी लहान दिसत असलेने पहिल्यांदा कळलेच नाही कि मला कॉम्पुटर अगोदरच येतोय ते. त्यांना जेंव्हा कळले कि मी एम.एस्सी. केली आहे आणि हा माझा ३ रा जॉब आहे तेंव्हा तर धक्काच बसला. तिथे मराठी, आणि हिंदी भाषिक मुले मुली होते. हा कोर्से मी ८०% नि गुण मिळवून पास केला.

माझ्या गप्पा खूप चालायच्या, कारण मला हे काम खूप कमी वाटायचे माझ्या अगोदरच्या कंपनीमधील कामामुळे. या ठिकाणी काम करत असताना अनेक अनुभव आले. अनेक मशीन कशी काम करतात हे हि लक्षात घेतले. काही वेळा आमच्या लॅब मधील पिपेट्टस देखील स्वच्छ करून टाकल्या. याचवेळी माझी नात्यातील बहीण उज्ज्वला हि यू .के . मध्ये पी.एच. डी . साठी गेली. जाताना म्हणाली कि तू पण कर ना पुन्हा प्रयत्न. मग मी पुन्हा विचार करू लागलो.

मी स्कॉलरशिप ची माहीती काढली. त्यासाठी पुण्यात जाऊन अर्ज केला. उज्ज्वला च्याच युनिव्हर्सिटी मध्ये मायक्रोबियॉलॉजि साठी पी.एच. डी साठी प्रयत्न केला. त्यामध्ये १-२ वर्ष गेली. माझी स्कॉलरशिप ला निवड झाली होती. पण विषय आणि सुपरवायझर ठरत नव्हते. खूप प्रयत्न केल्यावर ठरले, पण स्कॉलरशिप फक्त ३ वर्षासाठीच मिळणार होती आणि अभ्यासक्रम ४ वर्ष होता. शेवटच्या वर्षाच्या खर्चाचे काय? पुन्हा अर्ज आणि विनंती केली पुण्यात, मग मंत्रालयात. असे तब्बल ३ वर्षे खटाटोप केल्यावर एकदाची स्कॉलरशिप, अभ्यासक्रम आणि शिक्षक यांची निवड झाली. हि सगळी धडपड, धावाधाव माझे रूम वरील मित्र अगदी जवळून पाहत होते. ते म्हणायचे अरे शरद येव्हढे सगळे खटाटोप कशाला? मी म्हणायचो अरे एम.एस्सी केली तेंव्हा वाटायचे कि आपणही संशोधक व्हावे. पी.एच. डी करावी शोध लावावे. आपल्या देशात आणि इतर पाश्चिमात्य देशातील संशोधनातील दुरी शोधून काढावी. आपणही उच्च्य शिक्षण घेऊन आपल्या देशातील संशोधन क्षेत्रात बदल

घडवावेत . औषधे तयार कशी होतात, आणि पेशंट च्या आजाराचे निदान कसे करायचे हे शिकलो आता नवीन काही तरी शिकावे. अशी मनाची खूप ईच्छा आहे.

या ठिकाणी काम करत असताना आमच्या सहकाऱ्यांच्या बरोबर जवळील अनेक ठिकाणी सहलींना जाण्याचा योग आला. माथेरान, अलिबाग, आणि त्याचबरोबर जम्मू, कटरा, हिमाचल प्रदेश, कुलू, मनाली, अमृतसर, वाघा बॉर्डर, आणि परत येताना अमरजित कडे दिल्ली ला थांबून दिल्ली दर्शन.

आबांची तब्येत खूप खालावली होती. अशातच आई आणि पप्पानी एक मुलीचे स्थळ आणले होते.

थोड्या दिवसांनी आबा आम्हाला सोडून गेले. ५ मार्च २०१३ रोजी. स्नेहलच्या घरचे लोक हि येऊन भेटून गेले. त्यानंतर, माझे आणि स्नेहल चे लग्न झाले १२ मे २०१३. रोजी. खरे तर आयुष्यातील खूप मोठा आणि महत्वाचा निर्णय आणि छान दिवस. पण मन मात्र आबांनी केलेल्या सगळ्या कामावर, आणि आमच्या घरच्या सगळ्या लोकांच्या कष्टावर केंद्रित होते. स्नेहल- माझी पत्नी हि योगायोगाने खूपच कष्टाळू आणि समजूतदार निघाली.

लग्न झाल्यावर स्नेहल गावीच राहिली तर मी मुंबई मध्ये . मी नेहमी १५-२० दिवसांनी गावी येऊ जाऊ लागलो. स्नेहल च्या पासपोर्ट च्या निमित्ताने आम्ही पुण्याला गेलो होतो. तिथून आम्ही मुंबई ला आलो. स्नेहल ला हॉस्पिटल दाखवले. तिथून आम्ही जुहू चौपाटीं फिरलो आणि संध्याकाळी परत गावी आलो. त्या वर्षी ऑक्टोबर मध्ये मला माझी स्कॉलरशिपची निवड झाल्याचे अंतिम पत्र मिळाले. त्यासोबतच उज्वला शी बोलणे सुरु असतानाच, आमचे अनंत पराडकर सर (माझे पी.एच. डी. चे मार्गदर्शक)हे पुण्याला आलेले असताना एकदा त्यांचीही भेट घेऊन मला पी.एच. डी . करायची आहे आणि त्यासाठी प्रयत्न करीत असल्याचे सांगितले. त्याचसोबत माझ्या दुसऱ्या मार्गदर्शिका शियांग ली यांच्यासोबत फोन कॉल वर मुलाखत होऊन माझी पी.एच. डी. साठीची निवड प्रक्रिया पूर्ण करून टाकली होती. त्यानुसार मी IELTS परीक्षेची तयारी केली आणि पास झालो. सर्व कागदपत्रांची पूर्तता करून मी १७ एप्रिल २०१४ रोजी च्या विमानाची तिकिटे काढली. ऑफिस मध्ये शिक्षण पूर्ण करून परत कामावर हजर होईन त्यासाठी मला परवानगी मिळावी अशी विनंती करून

अर्ज केला. नोकरीवर अर्ज केल्याने मी निश्चिन्त मनाने गावी आलो. पण नेमका त्याचवेळी किडनी स्टोनच्या आजाराने डोके वर काढले. आणि मी कोल्हापूरला दवाखान्यात ऍडमिट झालो. त्यातूनही सावरत बरा होत शेवटी तिकिटात बदल करून घेत २९ एप्रिल रोजी यू .के. साठी उड्डाण केले.

पी.एच. डी . चे शिक्षण

तर मी ३० एप्रिल २०१४ ला युनायटेड किंग्डम मधील मँचेस्टर एअर पोर्ट वर सकाळी ७ च्या सुमारास उतरलो. चेकिंग झाल्यावर आणि बॅग्स घेतल्यावर मी उज्ज्वला आणि डॉ (उज्ज्वलाचे मिस्टर) यांना फोन लावला. त्यांनी जवळच बस असेल त्याने ब्रॅडफोर्ड ला यायला सांगितले. त्याप्रमाणे मी १ ते १:३० तासाने ब्रॅडफोर्ड ला इंटरचेन्ज स्टॅंडला उतरलो. आपल्या देशाबाहेरील जमीन, झाडे, रस्ते, घरे, डोंगर पाहिल्यान्दाच फार कुतूहलाने न्याहाळत असताना बस कधी ब्रॅडफोर्ड ला पोहचली कळलेच नाही. या ठिकाणी मी पाहिले कि, मी बस ची वाट बघत असताना ,बस फक्त २-३ मिनिटेच अगोदर प्लॅटफॉर्मवर आली . आल्यावरच बस स्टॅन्ड चे दरवाजे उघडले. ड्राइवर नि गाडी व्यवस्थित पार्क केल्यावरच आत येऊन ब्रॅडफोर्ड पॅसेंजर ना बोलवले. तसे सगळे लाईन मध्ये उभे राहिले. ड्राइवर ने जवळ जाताच तिकीट चेक केले. जाण्याचे ठिकाण विचारून झाल्यावर माझे सामान उचलले आणि बस च्या खालील भागात असलेल्या मोठ्या सामानाच्या जागेत व्यवस्थित ठेऊन दिले. त्यानंतर सर्वजण बस मध्ये चढल्यानंतर. ड्राइवर ने आतमध्ये येऊन सर्व सीट्स जवळ जाऊन सर्वांना सिटबेल्ट्स लावण्यास सांगितले. अगदी विमानात जसे बांधतात ना तसे, अगदी तसे. सर्वांनी सिटबेल्ट्स लावले आहेत याची खात्री केल्यावरच ड्राइवर ने सामानाच्या जागेचे दरवाजे बंद केले. तोपर्यंत बस स्टॅन्ड चे दरवाजे पण बंद झालेले होते. बस सुरु झाल्यावर ड्राइवर ने पुन्हा माइकवरून सूचना केली. कि बस या या वेळेत या या ठिकाणी पोहचेल आणि आपला प्रवास शेवटच्या ठिकाणी जर ट्रॅफिक आणि कोणताही प्रॉब्लेम नसेल तर ठरलेल्या या वेळेत पोहचेल. कुणाला खूपच आवश्यक असेल तर बस च्या मागील भागात टॉयलेट ची सोय आहे तिचा वापर करू शकता असेही सांगण्यात आले.

हा तर मी ब्रॅडफोर्ड ला पोहचल्यावर परत बस स्टॅण्डमध्ये प्लॅटफॉर्मवर पोहचल्यावर बस ड्राइवर ने सामान काढून दिले. मी थँक यू म्हटले. बस स्टॅण्डमध्ये आल्यावर डॉक.. ना फोने केला तर ते

म्हणाले खाली टॅक्सी स्टँडला ये मी तिथे आहे. या इंटरचेन्ज चे वैशिष्ठ्य म्हणजे या ठिकाणी बस, टॅक्सी, आणि ट्रेन एकत्र येतात. कुठेही घाई गडबड गोंधळ नाही कि गोंगाट नाही. तसेही येताना वाटेत रस्त्यावर मला एकही वाहनाचा हॉर्न चा आवाज आला नाही. हा माझा पहिला असा शांत प्रवासाचा अनुभव होता. डॉ. आणि मी घरी आलो. उज्ज्वल ने जेवण बनवले होते. माझी राहण्याची सोयही त्याच घरी वरच्या मजल्यावर केलेली होती.

डॉ. आणि मी माझे सामान घेऊन माझ्या रूममध्ये ठेऊन दिले. फ्रेश होऊन जेवण केल्यावर मी आणि उज्ज्वला लगेच युनिव्हर्सिटीकडे निघालो. आम्ही प्रोफेसर पराडकर सरांना भेटून लगेच मुख्य इमारतीच्या "द हब " या ॲडमिनिस्ट्रेशन विभागात जाऊन माझा रीतसर प्रवेश निश्चित केला. उज्ज्वला आणि डॉ. या दोघांनी, मला या ठिकाणी, शॉपिंग,बँकिंग, मेडिकल नोंद इत्यादी महत्वाच्या सर्व ठिकाणांची काही दिवसातच ओळख करून दिली. या दोघांच्या मुळे मी फार लवकर इथल्या वातावरणात रुळलो. उज्ज्वला आणि डॉ. या दोघांनी अगदी २-३ महिन्यापर्यंत मला काय हवे काय नको त्या सर्व गोष्टीची सोय करून दिली होती. मला मिळालेली स्कॉलरशिप ची रक्कम येण्यास ३-४ महिने लागणार होते. तोपर्यंत सर्व पैशांचा व्यवहार हा या दोघांनीच सांभाळला होता.

हळू हळू माझी इथे शिकण्यास आलेल्या सर्व मुलामुलींशी ओळख झाली . त्यामध्ये, रत्नदीप,अमित,सुधीर,सचिन, नितेन , कार्तिक, हृषीकेश,चैत्राली,भानवी ,प्रफुल्ल,रोहन,शिवकुमार, आदित्य,ओंकार, मुकेश, सुयोग सर ,वेणू सर, इत्यादी लोकांशी झाली. पुढे अनिकेत हि जॉईन झाला होता.

पहिल्या ३ महिन्यामध्येच आम्हाला पूर्वी केलेल्या संशोधनाच्या आधारावर आम्ही करत असलेल्या संशोधनाबाबत एक छोटासाच शोध प्रबंध सादर करायचा होता. त्यासाठी आपण निवड केलेल्या विषयामध्ये पूर्वी जी काही संशोधने झालेली आहेत त्या सर्व प्रसिद्ध केलेल्या शोध निबंधाचा अभ्यास करून त्यावर आपला एक अभिप्राय म्हणून तो संक्षिप्त स्वरूपात मांडणी करणे असा एक उद्द्येश्य होता.

मी माझ्या मार्गदर्शकांच्या सूचनेनुसार त्यांनी दिलेल्या शोध निबंधावर वाचन सुरु करीत टिप्पणे काढावयास सुरुवात केली होती. एव्हाना, भारतात स्नेहल आणि माझ्या पहिल्या बाळाची येण्याची वेळ जवळ येत होती. अश्यातच ७ जुन ला मला असे सांगण्यात आले कि स्नेहल ला ऍडमिट करण्यात आले आहे. १० जून उजाडला तरीही काही बातमी नाही, मला काळजी वाटू लागली होती. माझी ती तळमळ ओळखूनच अमित आणि रत्नदीप यांनी माझे इंडिया ला जाण्यायेण्याचा तिकीट काढले. तसेच माझ्या लॅपटॉप वरून सरांना पण एक ई-मेल पाठवण्यात आला. सरांनी मला भेटायला बोलावले. सर म्हणाले आत्ताच तर तू आला आहेस, आणि तूच म्हणाला होतास कि पुढच्या वर्षी जाऊन त्यांना घेऊन येणार आहेस, मग आत्ता असे अचानक काय झाले? मी म्हटले काय झाले आहे काय माहित पण माझ्या पत्नीला ऍडमिट करून ३ दिवस झाले आहेत. मला काळजी वाटते आहे. सर म्हणाले ठीक आहे, जाऊन ये पण लवकर. मी हो म्हणालो. त्या दिवशी रात्री १:५० ची मँचेस्टर एअरपोर्ट साठी बस ची बुकिंग होती. मी, अमित, रत्नदीप असे सगळे इंटरचेन्ज ला आलो होतो. मी सर्वांना थँक यु म्हणताच बस मध्ये चढलो. इतक्या लवकर मी इंडिया ला परत जाईन असा विचारही केला नव्हता. पण त्याचवेळी आमच्या पहिल्या बाळाला पाहण्यासाठीही मन आतुर झालेले होते. मँचेस्टर वरून व्हिर्जीन एरलाईन्स ची फ्लाईट होती सकाळी ७ ची. मी सकाळी ४:३० ला चेक इन केले होते. तिथून फ्लाईट हीथ्रो एअरपोर्ट लंडन ला आले. तिथून दुपारी १ वा मुंबई साठी फ्लाईट होती. त्यामुळे मी एरपोर्टवर वाट पाहत बसलो होतो. त्याचवेळी मामांचा फोन कॉल आला आणि त्यांनी सांगितले,"अभिनंदन मुलगी झाली आहे". मला खूप आनंद झाला. पण मी त्यांना हे नाही सांगितले कि मी येत आहे. मी लगेच एअरपोर्ट वर स्वीट्स घेतले आणि बॅग मध्ये ठेऊन दिले. त्या नंतर वेळेवर फ्लाईट सुरु झाली व मी मुंबई एअरपोर्ट ला रात्री दि. १२ जून ला सकाळी १:४५ ला पोहचलो. एरपोर्टच्या बाहेर पुणे साठी गाडी होती. त्यामधून मी पुण्यात स्वारगेट ला सकाळी ६:३० ला पोहचलो. तिथून एस. टी . बस ने कोल्हापूर मध्ये दुपारी पोहचलो. थेट सी.पी.आर. गाठले. तिथे मला पाहून मामांना खूप आनंद झाला . त्यांनी वॉर्डमध्ये बाळाकडे नेले. मला पाहून घरचे सगळे खुश झाले होते. तिथून मी बाळा ला आणि स्नेहल ला पाहून खूप खूष झालो. तो छोटासा जीव आमचे प्रथम

अपत्य ,त्याला जवळ घेऊन खूप आनंदित झालो . सर्वांना सोबत आणलेली मिठाई दिली. गावी फोन करून मी आल्याचे कळवले. स्नेहल आणि बाळाला घेऊन रिक्षाने मामांच्या घरी आलो. त्यानंतर गावी आलो.

काही दिवसांनी मुंबई ला जाऊन हॉस्पिटल मधील सर्वांना भेटून बाळासाठी खरेदी करून गावी परत आलो. काही दिवसांनी बाळाचे नाव ठेवल्यानंतर गावाकडील शेतीतील कामे आटोपून मी परत २९ तारखेला यू .के . ला परत आलो.

परत आल्यावर मी पुन्हा माझ्या प्रथम सारांश लिखाणाच्या कामात लक्ष्य घालून ते पूर्ण केले. खूप वर्षांनी आणि प्रथमच असे काहीतरी लिखाण करत असलेने खूप ग्रामर च्या चुका होत्या. त्या भानवीने पाहून दुरुस्त करून दिल्या. या ठिकाणी मला पहिल्यांदा जाणवले कि माझ्या सूक्ष्मजीवशास्त्राच्या विषयापेक्षा या वेगळ्या विषयामध्ये काम करणे थोडे कठीणच काम आहे. तसे मी सरांना बोलूनही दाखवले. पण सर म्हणाले, होईल हळू हळू सवय. मी सरांना म्हणालो होतो मला माझ्या विषयामध्ये काही काम करता येईल का? सर म्हणाले हे जे चालू आहे ते खूप ऍडव्हान्स काम आहे आणि या मध्ये खूप चांगला रिसर्च होऊ शकतो.

मग मी माझ्या शांगली या चिनी सुपरवायझर बरोबर त्या सांगतील त्या प्रकारे काम करू लागलो. मध्ये मध्ये सरांशी बोलणे आणि चर्चा व्हायची. पण सर इतर मुलांच्या कामात फार व्यस्त होते. एक वर्ष आणि सहा महिन्यामध्ये आमची पी.एच. डी साठी ट्रान्सफर तोंडी परीक्षा होणार होती. त्यामध्ये मी या एका वर्षात केलेल्या कामाचे मूल्यांकन होऊन पुढील पी. एच. डी . च्या कामाची दिशा ठरवण्याचे ठरणार होते. तोपर्यंत मी शांगली मॅडमच्या बरोबर एच. पी. एल. सी. च्या साहाय्याने खूप साऱ्या औषधांचे मानवी शरीरातील रक्तामधील प्लास्मा प्रोटीन शी कसे काय गठबंधन होते आणि त्यातील किती प्रमाणात औषध हे नेमक्या गरज असलेल्या शरीरातील भागामध्ये पोहचवले जाते यावर संशोधन केलेले होते. आपल्या शरीरातील रक्तामध्ये असणाऱ्या ह्यूमन सिरम अल्बुमिन या जास्त प्रमाणात असणाऱ्या प्रोटीन वर अधिक भर जास्त प्रमाणात असतो. त्याचबरोबर

दुसरे प्रोटीन अल्फा -१-ॲसिड ग्लायकोप्रोटीन हे वजा प्रभारित असणारे महत्वाचे प्रोटीन आहे. या दोन्ही प्रोटीन चा शरीरात येणाऱ्या औषधांशी संपर्क आल्यावर जी औषधे हि वजा / ऋण प्रभारित असतात ती ह्यूमन सिरम अल्बुमिन या प्रोटीन शी बांधली जातात तर जी औषधे हि धन / अधिक भार प्रभारित असतात ती अल्फा -१-ॲसिड ग्लायकोप्रोटीन शी बांधली जातात. त्याचवेळी जी औषधे हि प्रभार रहित असतात ती मुक्त राहतात आणि आवश्यक असलेल्या ठिकाणी लवकर पोहचवली जातात. आता जी औषधे हि या प्रोटिन्सही बांधली जातात ती ज्यावेळी शरीरामधील त्यांचे प्रमाण कमी होईल तसे मुक्त होत राहतात. म्हणजे अशी औषधें जास्त वेळ घेत हळूवारपणे प्रवाहित होत राहतात. या वर आधारित आम्ही आमचा एक शोध प्रबंध हि प्रसिद्ध केला आहे.

एक वर्षानंतर मी परत भारतात येऊन, स्नेहल आणि आमचे एक वर्षाचे बाळ आमची स्वराली , या दोघांना घेऊन युके ला आलो. त्यावेळी आमच्या पराडकर सरांनी मला आर्थिक मदत केली होती. स्नेहल आणि स्वराली सोबत राहत मी माझे संशोधन चालू ठेवले. शांगली मॅडम बरोबर खूप औषधांचे परीक्षण करून झाले होते. आणि त्याचे आपल्या शरीरातील रक्तामधील प्रोटीन शी असणारे संबंध हि समजून घेतले होते.

तर माझ्या या कामानंतर पी. एच. डी. साठी रीतसर प्रवेश एम.फिल. ते पी.एच. डी . असे ट्रान्सफर तोंडी परीक्षा झालेनंतर,करण्यात आला होता. या नंतर, आमच्या पराडकर सरांनी मला औषधांची स्फटिके या विषयांमध्ये काम करण्याची संधी दिली. त्याप्रमाणे सुधीर, सचिन, नितेन , अनिकेत, हृषीकेश, सुयोग सर या लोकांच्या मार्गदर्शनाखाली मी या विषयामध्ये संशोधन करण्यास सुरुवात केली. या वेळी रत्नदीप ने मला डी एस.सी. ,टी . जी. ए. , पावडर एक्स. रे डिफरकशन , हॉट मेल्ट मायक्रो स्कोपी इत्यादी उपकरणांची माहिती आणि ती कशी हाताळतात याचे मार्गदर्शन दिले. सुधीर आणि सचिन ने डेटा कसा हाताळायचा याचे मार्गदर्शन केले. अशा प्रकारे केलेल्या कामाचा एक माहिती दर्शक फलक घेऊन मी इतर सर्वांच्या बरोबर आंतरराष्ट्रीय संशोधन परिषद ग्लासगो , स्कॉटलंड मध्ये गेलो होतो.

त्यानंतर विविध अमिनो ॲसिडस् बरोबर काही प्रमुख औषधांचे स्फटिके तयार करता येतात का यावर बराच वेळ काम करीत

राहिलो. शेवटी मला एक अमिनो ॲसिड आणि सायट्रिक ॲसिड चा एक संयुक्त असा स्फटिक तयार करण्यात यश मिळाले. त्याचे मूळ मूलद्रव्यांच्या बंधनाचे विश्लेषण केल्यावर असे दिसून आले कि तो स्फटिक हा सायट्रिक ॲसिड, पाणी आणि अमिनो ॲसिड यांचे संयुग आहे.

मिळालेले स्फटिक वापरून मी त्यानंतर त्यांच्या फसफसणाऱ्या गोळ्यांची निर्मिती सुधीर बरोबर करून त्यांचे २९ दिवस विविध वातावरणातील अवस्थेमध्ये परीक्षण केल्यावर असे दिसून आले कि तो ७५% आर्द्रतेमध्ये २९ दिवस टिकून राहणारा , पाण्याशी संपर्क आल्यावर लवकर विरघळणारा, असा एक घटक आहे. जो अशा प्रकारच्या गोळ्यांच्या निर्मितीमध्ये खूप फायदेशीर ठरणार आहे.

अशा प्रकारे एका नवीन स्फटिकाच्या शोधावर आधारित माझा पी. एच. डी . चा शोध प्रबंध तयार करून त्यामध्ये पहिल्यांदा शोधलेले औषध आणि प्रोटीन चे संबंध यांचा समावेश करून पी.एच.डी . करीत सादर केले. या संशोधनाला मान्यता मिळून मला ३० एप्रिल २०१८ ला झालेल्या परीक्षेत मी पास झाल्याचे कळले.

या पी. एच . डी . च्या सर्व प्रवासात मला साथ दिलेल्या माझ्या सर्व पालक, नातेवाईक, शिक्षक, महाराष्ट्र शासन, माझे मार्गदर्शक, मित्र मंडळी, आणि माझी युनिव्हर्सिटी ऑफ ब्रॅडफोर्ड, वेस्ट यॉर्कशायर, इंग्लंड. यू. के. या सर्वांचे खूप खूप आभार.

अशा प्रकारे माझे पी. एच. डी . चे शिक्षण पूर्ण होऊन मला दि. १९ जुलै २०१८ रोजीच्या पदवीदान समारंभात पी.एच. डी. हि पदवी प्रदान करण्यात आली.

वाचकांचे आभार

तर मंडळी हा असा माझा शैक्षणिक प्रवास १९८९ -९० या माझ्या पहिलीच्या वर्गापासून सुरु होऊन २०१८ च्या माझ्या पी.एच. डी . च्या पदवीपर्यंत चा. तुम्हा सर्वांना प्रेरणादायी ठरेल अशी अशा व्यक्त करतो.

या सर्व प्रवासात मला साथ दिली ती माझ्या प्रिय आई, वडील, आजी आजोबा, भाऊ बहीण, सर्व नातेवाईक, माझे सर्व मित्र मैत्रिणी, माझे सर्व शिक्षक शिक्षिका,, माझ्या गावचे माझे सर्व गावकरी, माझे सर्व पन्हाळ्यावरील मार्गदर्शक व्यक्ती, कोल्हापुरातील माझे मार्गदर्शक, कराड, बोईसर, मुंबई मधील माझे सहकारी, मित्र मंडळी आणि मार्गदर्शक, आणि माझी पत्नी आणि माझ्या मुली या सर्वांनी. या सर्व लोकांच्या सहकार्यातून, मार्गदर्शनातून, आशीर्वादाने, अनेक संशोधकांच्या , माझ्या मित्र मैत्रिणी, शिक्षकांच्या , पालक आणि नातेवाईकांच्या प्रेरणेतून,हा सर्व शैक्षणिक प्रवास पूर्ण करण्यात मला यश मिळाले.

कोणतीही गोष्ट हि अगदी सहज, सोपी, व विना प्रयत्न आपल्याला मिळत नाही. त्यासाठी प्रयत्न हे करावेच लागतात. ज्या गोष्टी विनासायास मिळतात त्यांचे मूल्य आपल्याला कळत नाही. कोणतीही गोष्ट हि घडण्यामागे काही करणे असतात. ती शोधून आपण ती गोष्ट साध्य करू शकतो किंवा त्यांचा अभ्यास करून काही वाईट गोष्टींच्यापासून आपले संरक्षण आपण करू शकतो. आपले दिसणे, वागणे, बोलणे, हे आपल्याला योग्य वाटले पाहिजे. सभोवतालच्या परिस्थितीचा अभ्यास करून, आढावा घेऊन आपणास आपल्यात अनुकूल ते बदल आपण घडवू शकतो. आपण या निसर्गाचा एक अविभाज्य घटक आहे. त्याप्रमाणे त्याचे संरक्षण, संवर्धन करणे हे आपले कर्तव्य आहे. म्हणजे ज्या गोष्टींचा आपण आस्वाद घेतला त्या गोष्टी आपण येणाऱ्या पिढीला हि देऊ शकतो.

आपण ज्या समाजात वाढतो, घडतो, त्या समाजाचे आपण काहीतरी देणे लागत असतो त्याची जाणीव हि प्रत्येकाने नेहमी सतत बाळगली पाहिजे. अशा आपल्या समाजाच्या , देशाच्या उन्नतीकरिता आपण सतत प्रयत्नशील असले पाहिजे.

आपण माझा शैक्षणिक प्रवास समजून घेतलात याबद्दल आपले सर्वांचे आभार.

डॉ. शरद रामचंद्र कांबळे

ब्रॅडफोर्ड, वेस्ट यॉर्कशायर, इंग्लंड, युनाइटेड किंग्डम.

www.ingramcontent.com/pod-product-compliance
Lightning Source LLC
LaVergne TN
LVHW061556070526
838199LV00077B/7074
* 9 7 8 9 3 5 8 1 9 9 2 6 0 *